Uchu na Utamu
wa
Kutawala
kwa Mabavu
(Ruling with an Iron Fist)

Hashil Seif Hashil

Hashil Seif Hashil (2017): *Uchu na Utamu wa Kutawala kwa Mabavu (Ruling with an Iron Fist)*.

ISBN-13: 978-1979653190
ISBN-10: 1979653194

Kimechapishwa na kiwanda cha uchapishaji vitabu cha CreatSpace, tawi la Amazon. Kinasambazwa na Amazon (USA).

Picha kwenye jalada ya mbele ni moja la majengo ya jela ya zamani ya Cabo Verde ambayo ni makumbusho siku hizi.

Hashil Seif Hashil (2017): *Uchu na Utamu wa Kutawala kwa Mabavu (Ruling with an Iron Fist)*.

~ 3 ~

SHUKURANI

Nachukuwa fursa hii kuwashukuru wale wote waliochangia kwa kuandika kama Comrade Mohammed Abdulrahman (Eddy), wengine kwa kuwapigia simu kuwauliza mambo mbalimbali yaliyokuwa yakinitatiza kama Comrade Salim Msoma, Aboud Abdalla, Ahmed Rajab na Ali Saeed, kwani michango yao muhimu haitawezekana kusahaulika.

Aidha, wa mwisho ninayemshukuru asiyesahaulika na kinara wa wote, ni yule aliyeuhariri mswada wangu, kutowa yasiyofaa na kuweka yanayostahiki, yakuvutia kwa msomaji. Kwa bahati mbaya hakutaka jina lake liwekwe kwenye kitabu. Hata hivyo, shukrani zangu kwake kwa msaada wake adhimu hazina mpaka. Mungu ampe kila la kheri, Ameen! Wahenga hunena kuwa wacheza kwao hutunzwa! Kwa hivyo sina budi kumshukuru kwanza kwa dhati Ustadh Profesa Abdulaziz Y. Lodhi kwa kunichorea mchoro wa gamba la kitabu changu. Vilevile namshukuru pia Ustadh Dkt. Ahmed S. Faris kwa kunisaidia kuupeleka mswada wangu kuchapishwa na CreateSpace yaani tawi la kampuni ya uchapishaji wa vitabu Amazon.

~ 4 ~

DIBAJI

Kumbukeni wote nilowataja,
michango yao mikubwa.
Kitabu wamekifanya mto wa maji,
yapita uchafu unautowa.
Kisomeni mupate nyinyi faraja,
mukokowe mengi musoyajuwa!

Tarehe 14 Oktoba, 2017.

Hashil Seif Hashil
Sjælør Boulevard 167 4th.
2500 Valby,
DENMARK
Simu:+4520726491

Hashil Seif Hashil (2017): *Uchu na Utamu wa Kutawala kwa Mabavu (Ruling with an Iron Fist)*.

Uchu na Utamu wa Kutawala kwa Mabavu

Tunatakiwa tupige mbizi kubwa kuweza kuelewa, kwa uhakika, kwamba tunaishi kwenye ulimwengu ambao si rahisi hata kidogo kuufahamu ulivyo. Ni lazima tukumbuke ulimwengu una mazonge mengi mfano wa *mlangamia*.

Kinachotufanya kutuzuia kutoufahamu ulimwengu, kiini chake hasa ni kwamba vichwa vyetu vimefurika mambo yaliyopita; na kuweza kuifahamu dunia ilivyo ni lazima, kwanza, tuvisafishe vichwa vyetu na ya kale; viwe vitupu kabisa. Muhimu zaidi, tujitahidi kufahamu nini kinachosababisha kutojua yanayotokea ulimwenguni, kwani vichwa chakari vimejaa vituko chungu nzima vya mambo ya zamani, mambo ambayo huzuia uchanganuzi halisi wa hali ilivyo ulimwenguni kwa hivi sasa.

Tunapojaribu kukumbuka siku za nyuma kidogo, tutaona watu walikuwa na mitindo ya kuzipindua serikali wasizozitaka. Nyakati hizo, kwa hivi sasa, zimeshapitwa na wakati. Na wanaoamua kupindua serikali siku hizi hushindwa tawala zao kutambuliwa na madola mengine duniani. Kwa vile utaratibu wa kisasa, katika uhusiano wa kimataifa, unaambatana na mfumo wa kidemokrasia. Mfumo huu unamaanisha mabadiliko ya utawala hujiri kwa kupitia uchaguzi na sio kupindua utawala. Ikumbukwe kwamba kila kitu huja kwa wakati wake. Mtindo wa kupindua serikali kihorera umeshapitwa na wakati na kilichobaki, hivi leo, ni masimulizi tu ya historia ya mambo yaliyojiri siku za nyuma.

Hashil Seif Hashil (2017): *Uchu na Utamu wa Kutawala kwa Mabavu (Ruling with an Iron Fist).*

Aidha, kilichoibuka baadaye ni mfumo unaojulikana, kwa umaarufu, demokrasia. Nini maana ya demokrasia? Kwa ufupi, humaanisha nchi au taifa inapotaka kuleta mageuzi ya utawala nchini hufanya uchaguzi kati ya vyama vinavyowakilisha sera kadhaa, ambazo viongozi wake huhisi zitaleta manufaa yatakayokuza maendeleo ya nchi na hali za umma kwa ujumla. Anayeibuka mshindi ndiye anayeruhusiwa kuunda serikali. Tuseme demokrasia ni aina ya mfumo wa kuendesha serikali iliyochaguliwa na watu kwa minajili ya masilahi ya raia wote. Tatizo ni kuwa utaratibu huu barani Afrika huwa unapingwa na wanasiasa madikteta, ambao hawataki kuutambua na wala kuusikia. Hutia pamba mashikioni mwao. Ati husema demokrasia ni utaratibu wa wazungu unaokwenda kinyume na utamaduni wa Kiafrika. Hebu tujiulize hapa kama ikiwa msimamo wa viongozi ni kama hivyo, kutawezekana demokrasia kushika mizizi Afrika?

Hata hivyo, hapa pana kizungu mkuti kidogo kwani wenzetu wa nchi za Ulaya wanahishimu mfumo halisi wa demokrasia, na wanapofanya uchaguzi mataifa yao aliye mshindi ndiye anayeruhusiwa kuunda serikali mpya. Kwa upande wa bara letu tukufu la Afrika, wenye uchu wa utawala, hufanya kinyume ya nchi za Ulaya. Aliyeshindwa kwenye kura ndiye anayeng'ang'ania kuunda serikali kimabavu, kwa kulingana na matakwa yake yeye binafsi. Wakati huo huo aliyeshinda tena hutafutiwa visingizio vya kuwekwa kizuizini au hata kuuawa!

Hashil Seif Hashil (2017): *Uchu na Utamu wa Kutawala kwa Mabavu (Ruling with an Iron Fist).*

Jambo hili ni lazima lifahamike wazi kabisa. Kwa hivyo inafaa kujiuliza, kwa nini viongozi wa Afrika ni wagumu kuhishimu kitu kiitwacho demokrasia na huendelea kujifanyia mambo watakavyo, yasiofahamika na wala kuingia akilini?

Kuweza kulipekura suala hili kikina, tutagundua utamu wa kutawala namna unavyowaroga akili baadhi ya viongozi uchwara. Huwa wamezirai na utawala bila ya kiasi na ni vigumu kwao kumsikiliza yeyote yule anayewanasihi kuwa wayafanyayo si halali, hasa katika mazingira ya ulimwengu wa karne ya ishirini na moja. Tabia ya madikteta wote duniani huwa wanaziba mashikio kutosikia la mtu. Hivyo ndivyo madikteta walivyo pote duniani, na huwa vigumu kwao kuweza kubadilika kimawazo. Wamekuwa kama `donda ndugu` liliokosa tiba.

Chanzo halisi cha viongozi madikteta kutaka kutawala

Muhimu kuweza kufahamika wazi kuwa kila kiongozi huwa na lengo binafsi kichwani mwake la kutaka kutawala. Hilo ndilo dukuduku analowashwa kuliitekeleza. Wako viongozi ambao huwa na shabaha ya kutaka kulipiza kisasi kwa wale ambao huko nyuma waliowakorofesha; na wengine hulilia ulwa na umaarufu wa kibinafsi, kinyume na majigamba yao ya kutaka kunyanyua hali za umma ziwe nzuri ili watu waishi kwa salama na amani nchini mwao. Hayo ni muhimu kuyajua.

Vile vile wako viongozi wengine wenye lengo la kutaka kuleta mabadiliko ya kikweli nchini, yatakayofaidisha umma, kwa

Hashil Seif Hashil (2017): *Uchu na Utamu wa Kutawala kwa Mabavu (Ruling with an Iron Fist)*.

ujumla. Lakini kikawaida viongozi kama hawa hupatikana kwa nadra barani Afrika.

Ulevi wa kutawala

Kutawala si kitu cha kukifanyia utani hata kidogo, kwani kwa viongozi ambao wameshaonja mafamba, mafakhkhafa na utamu wa kutawala wenziwao huwa kama yule aliyechapa tembo au kuvuta bangi. Nishai zao, kwa ujumla, huwa za hali ya juu kabisa na hawapendelei kabisa kufanyiwa utani. Wanaweza hata kupoteza maisha ya wenziwao, bila kutia maanani wanayoyafanya. Aidha humalizikia kuwatumbukiza jela baadhi ya wanaowatania na kuhakikisha wanaselelea humo milele.

Kusema kweli, viongozi kama hawa si viongozi bali ni majambazi, waliokakamia kutawala na kukandamiza wenziwao ili kuzifurahisha nyoyo zao kwa vile ni madikteta. Huwa hawana hisia ya uzalendo katu. Walichokithamini zaidi ni ubinafsi wa kuliwaza nyonyo zao peke yao. Kwani vingora na mapikipiki ndiyo mafakhfakha yanayowafanya kuwazidisha kibri na kujihisi hakuna wengine wa maana isipokuwa ni wao tu. Hii ni aina ya ulevi ambao ni vigumu kuutafutia jina linalofaa. Tuseme ni ulevi wa ndoto za mchana! Lakini kwao madikteta hujihisi kama vile wako peponi pale wanapowatawala wenziwao kwa mabavu na kuwakandamiza burebure.

Hashil Seif Hashil (2017): *Uchu na Utamu wa Kutawala kwa Mabavu (Ruling with an Iron Fist).*

Vipi viongozi huanza kubadilika na kugeuka madikteta?

Hatari iliyokuwepo ni kwamba, kidesturi, baadhi ya viongozi madikteta wakishatawala kwa muda mrefu, na utamu wa kutawala ukishawatamkia, huanza tena kubadilisha tabia na kujifanyia mambo ya kiajabu ajabu dhidi ya umma wanoutawala. Humalizikia kuimarisha udikteta kwa kiwango cha juu kabisa. Huanza kuamua kuwatesa watu bila hatia, hudhalilisha raia na kuwakandamiza kwa visingizio mbalimbali. Baadaye huwatumbukiza magerezani na kuwapotezea maisha raia wasiokubaliana nawo kimaadili. Tena huwa hawajali la mtu madhali wao ndio wanaotawala. Inafaa kutambua kwamba watawala madikteta ni watu wa ajabu kabisa na wala si watu wa kuwafanyia utani wa namna yoyote ile. Akili zao hufanana zaidi na mnyama majiruhi. Ukiwafanyia utani wanaweza kukuua.

Hii kwa ufupi ndio hatari ya utamu wa kutawala miongoni mwa viongozi madikteta. Udikteta huwafanya viziwi, vipofu na hata hushindwa kabisa kusikia la mtu. Wanayojali ni kufanya wayatakayo wao tu. Akili kama hizi, bila shaka, hazina tofauti na zile za manyani mwitu. Madikteta husita kuwa binadamu wa kawaida, na walimwengu tena hushindwa kuelewa namna vichwa vyao vinavofanya kazi.

Tukumbushane mara kwa mara kwamba viongozi kama hawa ni lazima watupiwe macho makali, kabla hawajaanza kukorofisha mambo na kuteketeza maisha ya halaiki ya umma nchini. Kwani madikteta wanaposita kuwa binadamu hubadili tabia na kufanya

Hashil Seif Hashil (2017): *Uchu na Utamu wa Kutawala kwa Mabavu (Ruling with an Iron Fist).*

mambo sawa na wanyama wa mwituni. Na kiumbe anapofika kiwango kama hiki, huzusha hatari ya maisha, sio kwa nchi tu bali pia wananchi. Hilo ni lazima lifahamike wazi kama ilivyo usiku na mchana.

Wananchi kuhama na kutokomea ughaibuni kunusuru roho zao

Viongozi tuliokwisha kuwaeleza hapo kabla, waliorengwa uchu na utamu wa kutawala, kila wanapoamka asubuhi, kwenye vichwa vyao huwa hawafikiri lolote isipokuwa mbinu za kutesa wananchi. Kwa nini? Kwa sababu ya khofu walizojipakiza ya kuwa baadhi ya watu wanajiandaa, kisirisiri, mikakati ya kuwapindua, jambo ambalo huzitekenya ndoto zisio msingi dhidi ya ukweli halisi wa mambo yalivyo nchini.

Mawazo haya huanzisha msako wa kukamata watu wanaotiliwa shaka kuwa ni wapinzani. Wanapokamatwa hutumbukizwa majela pasipo kushitakiwa. Huko gerezani ndiko madikteta wanapowatesa kikatilli wafungwa wa kisiasa na kuwapotezea maisha. Hali kama hii inapotanda, kama kiwingu cha mvua, ndipo baadhi ya watu wanapoamua kutoroka na kuhajiri nchi waliyozaliwa na kujitokomeza kokote kule duniani kunusuru roho zao.

Hashil Seif Hashil (2017): *Uchu na Utamu wa Kutawala kwa Mabavu (Ruling with an Iron Fist)*.

Umma unapoanza kuishi kwa khofu

Hakuna kitu kibaya kwa mwanadamu kama kuanza kuishi kwa khofu. Kwani hali ikishafika namna hiyo, kiumbe tena hukosa utulivu wa nafsi na huanza kukiogopa hata kivuli chake mwenyewe. Mtu huyu huwa kama mwehu, kutojua alisemalo wala alitendalo.

Khofu ikilivaa taifa, wananchi tena hukosa raha ya maisha, kwa ujumla. Kwa mfano, tutaona mifarakano hushamiri majumbani baina ya mke na mume. Huwa hawaeshi kugombana; na chanzo ni sio wao, bali ni hiyo khofu iliyowaandama ya kuwa huenda wakati wowote mtu akaja kuchukuliwa na wenye madaraka, kutumbukizwa majela na kuteswa bila mashitaka.

Hapa lazima tutambuwe uovu unaoambatana na mwanadamu mwenye khofu. Hali ya khofu na wasiwasi kwa mwanadamu husababisha aina mbalimbali za maradhi; mathalan, huzusha magonjwa ya moyo au vifo vinvyotokana na kihoro bila ya mtu hata kukamatwa. Kwa hivyo tutaona khofu inaweza kuua. Hilo halina mjadala. Khofu kwa mwanadamu ni kama sumu ya nyoka. Na yote haya chanzo chake hasa ni tabia ovu za viongozi walionyimwa hisia ya nchi na wananchi. Viongozi kama hawa ni ubinafsi mtupu. Na kama tulivyodhukuru kabla, viongozi wa kidikteta wanaposita kuwa binadamu, akili zao nazo pia hugeuka na kufanana akili za wanyama mwitu. Hatimaye viongozi hawa hujitwika ujambazi wa daraja ya juu kabisa.

Hashil Seif Hashil (2017): *Uchu na Utamu wa Kutawala kwa Mabavu (Ruling with an Iron Fist).*

Mbinu gani zitumike kujiepusha na viongozi madikteta?

Sio rahisi kulijibu suala hili kijuu juu. Kwani pindipo patafanyika uchaguzi halali nchini, wapiga kura kwa kawaida huwapa voti viongozi wanaoamini wana ujuzi, uzoefu na sera inayofaa kuongoza taifa. Tusisahau pia miongoni mwa viongozi wanaowania uchaguzi huwepo wale ambao kabla ya kuchaguliwa hufanikiwa kuficha udikteta wao. Lakini wanapopata fursa ya kukamata madaraka, hapo tena ndipo wanapoanza kubadilika na kuibuka, kama pomboo wa baharini, na kufichua walivyo hasa!

Hilo likijiri wananchi huwa hawana jengine tena la kuchagua, isipokuwa kujumuisha nguvu za umma na kuingia uwanjani mwa siasa kupigania haki zao halali za kiraia. Kwa kitendo hiki baadhi ya watu huenda wakapoteza maisha yao. Lakini muhanga ndio lazima utokee pindipo wananchi wanataka kuwasilisha mabadiliko ya maana kitaifa.

Katika harakati za kisiasa hakuna njia ya mkato ya kutanzua mambo yanayotokea nchini siku hadi siku. Kilichowajibika ni kuhakikisha tu wananchi wanakuwa macho, na wanafatilizia yanayotokea kwenye dola kwa kuchanganya kipamoja mawazo na kutekeleza yanayofaa kuinusuru nchi dhidi ya madikteta uchwara waliokula njama kulifisidi taifa.

Hashil Seif Hashil (2017): *Uchu na Utamu wa Kutawala kwa Mabavu (Ruling with an Iron Fist).*

Tuchunguze namna akili za madikteta zinavyofanya kazi

Inahitaji akili iliyotulia kabisa kupata jawabu la suala husika. Tangu siku mwanadamu anapozaliwa kwenye mkondo wa maisha, kwa desturi huwa anakusanya akilini mwake mambo chungu nzima yanayoambatana na maisha yake. Kwa mfano, hujumuisha kumbukumbu za watu anaokutana nawo kila siku, skuli alizosoma na kadhalika. Vile vile akijaaliwa fursa ya kusafiri kwenda nchi mbalimbali za ulimwengu, hukusanya pia kumbukumbu za watu aliokumbana nao na taswira za nchi alizozitembelea.

Haya yote ni muhimu kutafakaria. Tabia ya kiumbe ilivyo ni kuwa anapokutana na baadhi ya watu kwenye mkondo wa njia ya maisha huwahusudu na hutaka naye pia awe kama wao. Wapo binadamu kama hawa kwenye ulimwengu wa leo. Kwa mfano, wako wanadamu wanaomuenzi Adolf Hitler (aliyekuwa kiongozi wa Ujerumani katika miaka ya 1930 na 1940) na huhusudu unyama na ukatili aliouendeleza duniani dhidi ya binadamu wenzake.

Tusisahau historia ya maisha ya madikteta ni ndefu. Na wanapokamata madaraka ndipo wanaporudia mambo walioyasikia au kuyaona kwenye mkondo wa maisha yao.
Hapa inawajibika kujikumbusha, kwa mara nyengine tena, ukweli unaosema ya kuwa hakuna mwanadamu au kiumbe anayezaliwa dikteta. Binadamu anapozaliwa huwasili duniani bila ya doa la unyama. Mambo anayoyafanya baadaye hujumuisha

Hashil Seif Hashil (2017): *Uchu na Utamu wa Kutawala kwa Mabavu (Ruling with an Iron Fist)*.

mkusanyiko wa aliyoyaona na kuyasikia maishani mwake. Kwenye mkondo huo wa maisha, ndipo anapodondoa moja baada ya moja, ambapo huutumia uzoefu alioukusanya katika uhai wake na kuyatekeleza ayatakayo. Vile vile tukumbuke udikteta haupo kwa wanaoendesha serikali au madaraka ya utawala peke yake, bali pia umeshamiri miongoni mwa wafanyakazi wa sekta mbalimbali za kijamii. Wakati mwengine tunashuhudia wanaoshika khatamu za juu makazini nawo hutesa wenziwao wa daraja za chini bila ya hata kutambua wayafanyayo.

Mlinganisho wa watu wa kale mapangoni na watu wa kileo

Ni wazi kabisa kwamba hatuwezi kufananisha hata kidogo kaumu ya watu wa zamani, waliokuwa wakiishi mapangoni, na wenyeji wa ulimwengu wa siku hizi. Hapa ninajaribu kuendeleza utafiti wangu kwa kueleza namna maisha na hali za watu wa zamani zilivyokuwa. Inavyofahamika kihistoria kwamba katika nyakati za watu wa mapangoni, kulikosekana kabisa maendeleo yanayohusiana na fani ya teknolojia ya kurahisisha maisha. Sio kama leo katika karne ambayo tumejaaliwa maendeleo maridhawa ya teknolojia aina kwa aina za kurahisisha maisha.

Niruhusu hapa kwanza kuchunguza namna watu wa mapangoni walivyosimamia baraza la wazee la mahakama. Inasemekana, au hudaiwa na wanahistoria, pindipo mmoja wa watu wa mapangoni akifanya kosa, ilikuwa ni tabia ya wazee wa nyakati za kale kuitisha kikao barazani kutafakaria adhabu gani wampe mtuhumiwa. Walikuwa wakiishi na sheria zao kadhaa za kishenzi. Lakini zikifanya kazi. Kulikuwa na baraza la wazee waliopewa madaraka ya kuamua mambo ikiwa mmoja wao katenda kosa na kakiuka kanuni za jamii. Mkosa tena hupewa adhabu kali inayopendekezwa na wazee wa baraza kutekelezwa. Bayana hizi tunazinukuu kutoka kitabu kiitwacho *The patience of the mind*. Hichi ni kitabu cha zamani kabisa kilichoandikwa na kijana wa kihindi anayeitwa Popat. Kinaeleza kwamba, "kiumbe akifanya kosa huhukumiwa adhabu inayotegemea namna vichwa vya wazee vinavyowaelekeza."

Kama inavyojulikana, siku hizo kulikuwa hakuna jela, polisi wala mahakama. Baadaye wazee waliibuka ghafla na rai ya kujenga magereza. Aliyefanya kosa anapelekwa jela kutumikia kifungo chake mpaka kimalizike. Haikushia hapo tu, bali walipogunduwa watu kuwa wanaandaa mbinu kadhaa za kutenda makosa ya jinai ndipo walipoamua kutafutwe askari kanzu wa kuchunguza wahalifu na kuwakamata. Baadaye vile vile walianzisha vikosi vya askari wa kulinda raia, vikosi vya wanajeshi, pamoja na majaji na kufungua mahakama.

Ukiangalia kwa makini kabisa, utagundua mkondo wote huu umesababisha watu kujipatia ajira mbalimbali. Chanzo kinatokana na mhalifu kutenda kosa la jinai na kuleta mageuzi ya kijamii kama tulivyoeleza kabla. Suala linakuja, " jee, uhalifu ni jambo baya?" Kwani bila ya mhalifu kufanya kosa, utaratibu na mifumo yote inayohusu sheria isingaliweza kubuniwa na wala kutumiwa na baraza la wazee wa mahakama.

Hashil Seif Hashil (2017): *Uchu na Utamu wa Kutawala kwa Mabavu (Ruling with an Iron Fist).*

~ 16 ~

Ulaya kwapiga hatua za maendeleo wakati Afrika yazidi kudidimia

Suala hili halina mjadala. Lina ukweli usiopingika. Kila siku zikisonga mbele mataifa ya Ulaya yanazidi kupiga hatua kimaendeleo kwenye sekta mbalimbali, kwa mfano sekta za uchumi, utamaduni na mengi mengineyo. Wakati huo huo barani Afrika tutaona mambo yamezorota na hakuna la maana linalotukia badala ya raia kukamatwa, bila sababu, na kutumbukizwa magerezani. Na wakishatiwa jela huko tena ndiyo huteswa na baadhi yao kupoteza maisha. Kwa mtazamo wa wenye madaraka Afrika, hayo ndiyo maendeleo!

Hivyo kweli kuwatumbukiza watu majela Afrika ndio maendeleo? Dhana ovu hizi, kwa mwanadamu, zinasikitisha. Hazina ufumbuzi wa kimiujiza, hasa pale umma unapoingiwa na khofu na kushindwa hata kuchukua hatua inayofaa kujikomboa au kuleta mageuzi muwafaka nchini. Kwa bahati mbaya umma huwa umezibwa midomo na husalia kusononeka tu, siku hadi siku.

Desturi wanadamu hawakati tamaa. Wapo wale wanaodai kuwa hakuna jambo lisilokuwa na mwisho. Lakini huo ni msemo tu, kwani bila ya umma kuchukua hatua zinazotakikana kuwasilisha mageuzi nchini, hakuna kitakachofanyika cha maana. Umma ni lazima ujizatiti ikiwa wanataka kweli kuleta maendeleo yenye tija kwa wote. Ni hatari adhimu kwa umma kuvumbikwa khofu inayowanyima uwezo wa kujikomboa dhidi ya mateso ya serikali za kidikteta.

Hashil Seif Hashil (2017): *Uchu na Utamu wa Kutawala kwa Mabavu (Ruling with an Iron Fist).*

Khofu husababisha tabia ya wasiwasi kwa raia. Kwa mfano, baadhi yao wanapokuwa majumbani mwao usiku, pale panya na paka wanapofukuzana, hudhania labda watu wa usalama wameshafka kuja kuwachukua na kuwapeleka magerezani! Kwa fikra zangu, ninaamini, kawaida, viongozi wa Kiafrika hawana walijualo la maana isipokuwa tu kuwafanyia unyama raia zao. Vipi hali kama hii ikomeshwe? Haitaweza kutoweka wenyewe bila ya wananchi kuchukua hatua hakika za pamoja ili kuleta mabadiliko nchini mwao.

Nani wa kulaumiwa kwa yanayotokea Afrika?

Nafikiri wakulaumiwa hakuna mwengine isipokuwa viongozi `mpurumparara`, walionyimwa hisia ya nchi pamoja na hisia ya wananchi wanaowaongoza. Viongozi hawa si viongozi tena bali tusema ni majini au mazimwi wanaoweza kuwala wenziwao wangali hai. Wako watu wanaodai Afrika imelaaniwa na sijuwi na nani.

Viumbe wanapokuwa katika hali ya shida, huropokwa chochote kile kinachofumka midomoni mwao, kwani hiyo ndiyo hali ya mwanadamu anapokosa la kufanya. Huzuka na kubobojoka kila aina ya mambo yaliomvaa kichwani, si mazuri wala mabaya. Labda kufanya hivi humsaidia mtu kupunguza joto la moyoni linalowakereketa kimaisha, miaka nenda miaka rudi. Mwishowe huwa kama donda ndugu liliokosa dawa ya kulitibu.

Hashil Seif Hashil (2017): *Uchu na Utamu wa Kutawala kwa Mabavu (Ruling with an Iron Fist).*

Ukweli uliodhihiri kwetu ni kwamba kuna baadhi ya watu waliokumbwa na udikteta, wanaosononeka na kujiuliza kwa nini wamezaliwa Afrika? Huwa miongoni mwa wanadamu waliochoka kuishi na mapambano ya kila siku ya shida za maisha. Wengine wakishafika upeo huu wa maisha huamua kujitwanga risasi au kujitundika ili asiishi tena. Unaweza hata kujiuliza yote haya chanzo chake hasa ni nani au nini? Naamini hakuna chengine isipokuwa ni hawo hawo viongozi wapumbavu wanaotesa wenziwao kwa masilahi ya binafsi.

Wananchi wawe macho kuchunguza viongozi madikteta

Penye ushirikiano wa pamoja ni muhimu kuzingatia taratibu za kuzifichua mbinu za madikteta, hasa wale walioselelea kimasilahi kufisidi nchi. Tukumbuke madikteta desturi wana tabia ya kujitajirisha kwa kuhodhi, kunyakua na kupora rasilmali za umma na kuhamisha akiba ya pesa nchi za kigeni. Wakishagunduliwa, isiwe tena kuwafanyia huruma ya kuwasamehe makosa waliyoyafanya. Wanapopatikana na hatia, inawajibika wapelekwe mahakamani kushitakiwa ili kukiri makosa yao. Baadaye inapaswa watumbukizwe majela na kutumikia adhabu inayolingana na makosa waliyoyatenda walipokuwa madarakani.

Muhimu zaidi ni kuwa nchi ziwe zinaendeshwa kwa sheria zilizoidhinishwa na katiba ya nchi wala sio sheria za mwituni. Kwani nchi zilizokosa hayo ni hatari kwa taifa zima. Kwa vile

Hashil Seif Hashil (2017): *Uchu na Utamu wa Kutawala kwa Mabavu (Ruling with an Iron Fist).*

huwa kama mwitu wenye wanyama wakali wanaolana wenyewe kwa wenyewe. Nchi iliokosa sheria zinazoaminika na umma, huwa sawa na mazingira ya mwitu yenye wanyama wakali, mathalan, simba, chui, fisi na mbwa mwitu. Kama tujuavyo sheria za mwituni huwa ni wanyama kuuana na kulana kikatili kwa kulingana na mwenye nguvu. Nchi zilizonyimwa sheria huwa si nchi za kuishi. Haijuzu katika karne ya sasa kuwa na mataifa namna hivyo.

Kadhalika, ni muhimu kwa viongozi kuhishimu *Tamko la Kimataifa Juu ya Haki za Binadamu (UN Universal Declartion on Human Rights)*.

Kila mtu anawajibika kutekelezewa haki maumbile bila ya kubaguliwa. Hivyo ndivyo inavyotakiwa nchi ziwe zinajiendesha. Ziwe zinatetea na kutekeleza kijumla haki za kiutu kwa kila raia.

Vile vile tunalazimika kuzingatia hali za wanawake au mabibi. Ni wajibu wetu sote kuwatetea wanawake, kwa kila hali, wasiteswe abadan kwa sababu ya jinsia yao. Maadili bora yanasisitiza umuhimu wa kuwatekelezea wanawake haki zao kama wanavyotekelezewa haki wanaume, na kusiwepo ubaguzi wa kijinsia. Tunaelewa vizuri kama wako baadhi ya wanaume waliozowea ile tabia mbaya ya kutesa mabibi, kwa kuwapiga na kuwafanya kama visonoko. Wakati huo huo wanaume huwafanyisha kazi za nyumba wanawake bila ya kuwasaidia. Jambo hili linafaa kusitishwa halan, leo kabla ya kesho, ikiwa tunataka kudumisha amani na utulivu nchini, au kuimarisha masikilizano mazuri baina ya watawala na wanaotawaliwa. Likifanyika hilo, basi nchi zitaweza kuwa kama pepo hapa hapa duniani.

Wapi tunaelekea na lini tutawasili mfundoni?

Suala hili si rahisi hata kidogo kulipatia jawabu madhubuti. Kuhusu wapi Afrika inaelekea, hakuna anayejuwa kwani nchi za Kiafrika hazina mfumo sahihi wa utawala unaoaminika. Nchi zinaendeshwa kama meli iliokosa dira/kampasi. Sote tunajua zipo seikali nyingi za Kiafrika zinazonusurika kuendesha shughuli za utawala kwa misaada inayofadhiliwa na mataifa ya kigeni. Inasikitisha kuona fungu kubwa la hata bajeti za taifa hizi hutegemea misaada ya wafadhili. La kuuliza, hawa viongozi ni kweli akili zao timamu?

Vipi pesa wanazofadhiliwa na nchi za nje zinajumuishwa kwenye bajeti za taifa? Wameshindwa kutambua kwamba pakitokea mfarakano wa sera, wafadhili wao wanaweza mara moja kusitisha misaada. Wakati kama huo vipi nchi zinazopokea ruzuku za nje zitamudu kuendesha serikali na maendeleo ya nchi? Kwa msimamo kama huu imedhihirika wazi serikali za Kiafrika ni kama magarasa ya karata au kwa Kizungu tuseme "house of cards". Ikiwa mambo yenyewe ni kama haya ni kweli nchi kutambulika inapoelekea? Nasema nchi za Kiafrika zimepigwa na laana. Tunaweza hata kutabiri kwamba labda ipite karne moja, kuanzia hivi sasa, ndio tena mambo huenda

Hashil Seif Hashil (2017): *Uchu na Utamu wa Kutawala kwa Mabavu (Ruling with an Iron Fist).*

yakabadilika barani Afrika.

Kwa nini ikaelezwa hivyo? Bahati nzuri siku hizi kuna vijana wengi Afrika waliosoma. Ni matumaini yetu, sisi tuliozidi umri, kuwa hawa hawa ndio watakaongoza nchi zao kwa uadilifu mnamo siku za usoni, uadilifu utakaosaidia kuwasilisha mabadiliko yanayofaa kunyanyua hali za umma barani Afrika. Hili ni bara liliojaaliwa mali ya asili ya kila aina. Vipi nchi za Afrika zinatota umasikini? Wallahi haieleweki!

Viongozi wanaofisidi nchi wasakwe.

Wananchi ni lazima wafahamu inapohusu suala la nchi, hakuna kufanya utani hata kidogo. Nchi si miliki ya mtu fulani anayerithi utawala kutoka wazee. Nchi ni mali ya umma na wananchi wote waliomo ndani ya taifa. Lakutafakaria ni wananchi kupinga atakapotokea kiongozi atakayetakabari kuwa mirathi ya taifa ni haki yake yeye pekee. Lazima kwao kuamka na kufanya kila wawezalo kuhami taifa. Aidha wajitayarishe kusabilia roho zao ili kuihami nchi. Wafahamu vilivyo kuwa hatateremka mtu kutoka mbiguni kuja kuwasaidia kujikomboa. Wanapaswa wajitayarishe, kwa kila njia, kulinda mamlaka ya nchi na kuwasaka mafisadi wote wanaoharibu taifa.

Nchi za Kiafrika baada ya kupata uhuru

Hebu tuangalie kwa makini yaliyotokea kwenye nchi za Kiafrika baada ya wakoloni kuondoka, na baada Waafrika wenyewe kushika hatamu za kutawala.

Ifahamike wakoloni sio watawala wapumbavu. Walijua nini wanafanya baada ya kuziwacha koloni zao uchi kabisa. Walipoondoka waliwaachia wazalendo bendera tu za rangi mbalimbali kupepea nchini. Lakini chengine hakuna. Baadhi ya Waafrika waliochukua madaraka hawakuwa viongozi shupavu waliojaaliwa kipaji cha kuona mbele katika ujenzi wa taifa, na kwa lengo la kunyanyua hali za raia. Kwa hivyo wananchi walinyimwa fahari ya kuwashuhudia Waafrika wenziwao wakiendesha serikali kwa nidhamu inayoaminika. La kusikitisha hapa ni kwamba hakuna cha maana kilichofanyika tangu wakoloni kuihama Afrika kwa sababu ya mivutano ya kiitikadi iliojiri - baadhi ya viongozi walikuwa wa mrengu wa kushoto na wengine wakifuata mrengu wa kulia. Baada ya wakoloni kuondoka kulikosekana Afrika cha muhimu kutafakaria na kuweza kujivunia. Ni msiba kuwepo baadhi ya makundi ya wananchi katika Afrika yenye kuamini nchi zao zitakuwa bora wakoloni wakirejea kutawala tena. Kwa nini? Kwa sababu shida walizozishuhudia chini ya utawala wa wazalendo wenziwao zilifurutu mipaka. Ikiwa watu wamefika hadi ya kufikiria maisha ya ukoloni yalikuwa bora huhisi hilo ni tatizo kubwa?

Tujiulize tena kwa nini mambo yakawa kama hivyo? Hakuna jawabu la mkato. Tunaelewa viongozi waliokabidhiwa madaraka, baada ya wakoloni kuondoka, walikosa uwezo wa kutambua hisia ya nchi wala wananchi. Ni vigumu kuendesha nchi mawazo ya viongozi ni ya kujitajirisha binafsi, na kutojali juhudi za kuleta maendeleo hakika nchini yenye tija kwa raia wote kwa ujumla.

Wakoloni wakishatoka nchini Afrika nini huzuka?

Nchi za Kiafarika, ukweli, ni kama `donda ndugu`; halina dawa. Ilitarajiwa wakoloni wakishatoka nchini kutapatikana furaha na bashasha kwa minajili kwamba sasa wananchi ni huru na wana fursa ya kujiendesha wenyewe bila kuingiliwa na shinikizo za wageni. Bahati mbaya yaliojiri ni kinyume ya matumaini haya. Awali, hufukuta na kutanda kiwingu kinene kabisa kinachozalisha mitafaruki ya kijamii katika nchi. Watu huwa hawatambuani tena kutokana na shida zinazoyakumba mazingira ya maisha. Bidhaa za matumizi na vitu vya kawaida tena huwa vigumu kupatikana. Nchi hubakia kusawajika kama chombo klichopambana na bahari chafu. Hapo umma hujiuliza lipi lililojiri kusababisha maafa kama haya? Kadhalika huwa wanajiuliza kwa nini mkoloni alipokuwa anatawala shida za vitu zilikuwa hazipo? Mawazo yao huwa kama kishada kilichokata kamba, maana jawabu sahihi huwa ni vigumu kupatikana. Na kwa nini ikawa viongozi hushindwa kuwatekelezea umma mahitaji yao au la kufanya wakati hatamu za nchi zimo mikononi mwao?   Tuseme viongozi kama hawa huwa wamekosa uadilifu wa kuendesha nchi au vipi? Almuradi haifahamiki hata kidogo.

Hashil Seif Hashil (2017): *Uchu na Utamu wa Kutawala kwa Mabavu (Ruling with an Iron Fist)*.

Wakoloni wanapoacha makoloni kwa nini wananchi hunyimwa ya maana?

Mkoloni anapotawala huwa hana hisia ya nchi anayoitawala hata chembe. Akijuwacho ni kuinyonya nchi na kuikamua, na ikiwa koloni ina mali ya asili ndipo watawala walowezi wanapouhamishia utajiri huu makwao. Hii ndio falsafa ya mkoloni. Huwa amenyimwa imani ya kujumuisha cho chote cha maana kwenye koloni zao. Na kama wako wanoamini kinyume ya haya huwa wanajidanganya tu. Tuchukue mfano wa Mwingereza alivyotawala kwenye makoloni yake, mathalan, katika Visiwa vya Zanzibar. Tutaona mkoloni alikuwa akigawa hata elimu, kwa uwiano, miongoni mwa makundi mbalimbali ya raia. Kwa nini Mwingereza alifanya hivyo?

Mkoloni alielewa kama umma ukifuzu katika elimu, wazalendo wataamka na kufanya harakati ya kumtoa nchini mwao. Kwa kawaida kila mkoloni anapotawala hubuni mbinu kadha wa kadha za kuimarisha utawala. Moja ya mbinu muhimu aliokuwa akitumia mkoloni ni kuwatayarisha baadhi ya wenyeji wafanye ujasusi wa kutumikia serikali yake. Kwa mfano, mkoloni huwafadhilia pesa vibaraka waliokuwa wakiendeleza utafiti wa kina wa kupeleleza baadhi ya wazalendo waliotuhumiwa kushiriki kwenye harakati za kutaka kuun'goa utawala wa ukoloni uliojizatiti nchini mwao.

Hashil Seif Hashil (2017): *Uchu na Utamu wa Kutawala kwa Mabavu (Ruling with an Iron Fist).*

Harakati za kudai uhuru zinapoanza nchini

Kama inavyofahamika kuwa wakoloni wa Ulaya walianza zamani kutanda na kujisambaza kwenye maeneo mbalimbali ya Bara la Afrika. Kadhia hii ilianza tangu karne za kumi na saba pale wakoloni wa Ulaya walipoamua kuvamia na kuzitawala nchi za Afrika. Mataifa ya Ulaya yalikubaliana kugawana mataifa ya Afrika, bila ridhaa ya wenyeji, kama inavyogaiwa keki. Wananchi wa Afrika wa mataifa yaliovamiwa na wakoloni walikosa uwezo wa kulinda na kuhami mamlaka zao na ikabidi wasalimu amri. Ndio maana tutaona kuwepo mataifa ya Afrika kadhaa yaliovamiwa na kutawaliwa na wakoloni wa Ureno, Ufaransa, Ujerumani na Uingereza. Kila mkoloni, kati ya hao waliotajwa, alikuwa na mbinu tofauti za kutawala. Baadhi yao waliendeleza mbinu ovu kabisa za hali ya juu kutesa wananchi.

Kutokana na hali hiyo ndipo wananchi walipopanda mori na kuanzisha juhudi za ukombozi dhidi ya ukoloni. Kuna wakoloni waliochoka kutawala baadhi ya nchi na waliamua kuitisha uchaguzi kwa matumaini kikundi kitakachoshinda kitakabidhiwa fursa ya kuendesha serikali ya kizalendo. Wakati huohuo kuna wakoloni wengine waliopinga kutoa uhuru kwa wananchi wa Afrika; msimamo ulisababisha wanaotawaliwa kuchukua silaha na kupalilia mapigano ya ukombozi. Mapigano ya uhuru yalitofautiana. Kuna makundi ya koloni yalioendeleza vita vya mwituni, na kufanya kila aina za uharibifu wa vyombo vya dola dhidi ya wakoloni wa Ulaya. Ilifika kiwango ambacho mambo yalikuwa magumu kwa wakoloni na wakalazimika kutoa uhuru kwenye maeneo wanayotawala bila ya kutaka.

Hashil Seif Hashil (2017): *Uchu na Utamu wa Kutawala kwa Mabavu (Ruling with an Iron Fist)*.

Kipi kilichosababisha wakoloni kuivamia Afrika?

Kama historia ilivyotueleza, au kutufunza, kwamba mnamo karne za nyuma wakoloni walijaaliwa kumiliki merikebu za kila namna – walikuwa na manowari pamoja na majahazi ya matanga yaliosimbika mashine na mizinga ya aina mbalimbali. Na kwa sababu ya umiliki huu wakoloni walijipatia uwezo na nguvu za kulivamia bara la Afrika bila upizani, na hata walijisambaza sehemu nyengine za ulimwengu na kunyakua koloni ziada za kutawala.

Bahati mbaya Waafrika walikosa silaha madhubuti za kuhami mamlaka dhidi ya mavamizi ya wakoloni. Silaha za Waafrika zilikuwa ni mapanga na mikuki. Udhaifu kama huu ndio uliosababisha Afrika kutawaliwa kimabavu na wakoloni wageni, kwa miaka nenda miaka rudi.

Tukichukua mfano mwengine wa ukoloni - kama ule wa Brazil – tutaona Wareno walipoingia huko hawakutawala kimabavu tu bali pia waliwalazimisha wananchi kusoma Kireno. Ndio maana mpaka dakika hii ya sasa lugha rasmi ya Brazil bado ni Kireno. Na vijana wasiosoma historia huhisi lugha inayozungumwa Brazil ni lugha yao asilia na kutojuwa ukweli hasa namna lugha hii ilivyopenyezwa nchini kwao.

Kwa hivyo ilikuwa ni wazi kabisa moja ya sera za kutekelezwa kwenye makoloni ilikuwa kulazimisha wenyeji kujifunza lugha za watawala, na hata kusisitiza kuigiza tamaduni zao, wakitaka wasitake. Almuradi ni jambo la kusikitisha kabisa. Lililobaki ni

Hashil Seif Hashil (2017): *Uchu na Utamu wa Kutawala kwa Mabavu (Ruling with an Iron Fist).*

kama wahenga walivyonena: "Lilopita si ndwele, bali tugange lijalo!"

Kwa nini Ulaya yaendelea na Afrika kudidimia?

Hebu tujaribu hapa kidogo kuvichanganya vichwa vyetu kwa pamoja, na baadaye tuchunguze kwa kina, chanzo cha Afrika kutoendelea. Wenzetu wa Ulaya wana tabia ya kufuata mfumo wa demokrasia, na pia kuwatekelezea raia kijumla haki za binadamu. Bara la Afrika yote hayo hayatambulikani. Wanalojua viongozi wa Kiafrika ni kukandamiza wananchi, kuwakaba, kuwatendea uovu wa kila aina na kuwanyanganya hata fursa ya kupumua. Ni wazi kabisa, madhali viongozi hawatajaribu binafsi kujifanyia mapinduzi ya mawazo tusitarajie mabadiliko ya maana , hatimaye, tutakabiliwa na shida baada ya shida. Hii ni hasara kubwa kwa bara letu la Afrika. Na haifahamiki viongozi wenye udikteta Afrika hasa wametokea wapi? Hakuna binadamu anayeumbwa au kuzaliwa dikteta. Udikteta wanaupata kwenye mkondo wa maisha yao. Wako wanaojiuliza kwamba hali kama hii lini itaanza kupotea Afrika ili kuweza kupata viongozi wenye imani ya nchi na wananchi? Tamaa kubwa tulionayo ni kwa vijana watakaokuwa viongozi wa siku zijazo. Kuna matumaini wao kuweza kuleta maendeleo makwao. Hakuna lisolowezekana pindipo patakuwepo nia safi na mwelekeo wenye nidhamu ya kuleta mabadiliko ya kikweli nchini.

Hashil Seif Hashil (2017): *Uchu na Utamu wa Kutawala kwa Mabavu (Ruling with an Iron Fist)*.

Mtindo uliozuka karibuni kukimbilia Ulaya

Baada ya nchi za Iraq na Libya kuvamiwa na Marekani, UK, Ufaransa pamoja na mataifa washirika wengine, kulizuka uhamiaji wa dharura uliochochea halaiki ya raia wa nchi zilizohujumiwa, ikichanganyika na wakimbizi kutoka Arabuni na Afrika, hali kadhalika, kuanza kutafuta vyombo wasiwasi vya kuwasafirisha na kukimbilia Ulaya kutafuta usalama na utulivu wa maisha bora. Matokeo ya kadhia hii hakuna asiyeyajua. Taarifa za habari kadhaa za kimataifa zilikuwa zikiripoti kuzama kwa vyombo vibovu vya baharini viliosababisha maelfu ya wakimbizi kupoteza maisha. Wazungu lazima wakubali kwamba sera za mataifa yao ndiyo chanzo cha hawa wakimbizi kuhama makwao, kwani nchi kama Iraq, na hata Libya, hakukuwepo matatizo kama inavyodaiwa na viongozi wa nchi za Ulaya ya Magharibi.

Tukichukua mfano wa Iraq – hatukatai kama Raisi wa zamani Saddam Hussein, alikuwa akitumia mabavu kutawala, na baadhi ya nyakati alikuwa hata akiua watu wake kadha wa kadha. Hata hivyo lazima tukiri Iraq ilikuwa nchi tulivu chini ya utawala wake. Lakini kufuatia mavamizi ya Iraq ya 2003, yaliyoongozwa na Marekani, ambapo utawala wa Saddam Hussein ulipopinduliwa kimabavu tumeshuhudia nchi ya Iraq kuzama na kuzorota kwenye mitaharuki, haitambuliki, na kila siku watu wanauawa kwa mabomu. Kukoroga mambo nchini humo, hivi sasa kumezuka makundi ya wanamgambo yenye kudai yanawakilisha Uisilam huku wakikata vichwa wapinzani wao kwa amri za imani zao potofu.

Hashil Seif Hashil (2017): *Uchu na Utamu wa Kutawala kwa Mabavu (Ruling with an Iron Fist)*.

Ukweli wa mambo ni kwamba ukatili wa kukata watu vichwa kwa kutumia dini unakwenda kinyume kabisa na mafundisho na maadili ya Kiislam. Wanayofanya haya ni majambazi tu wa hali ya juu kabisa. Wanadamu wanapaswa kushirikiana kipamoja kuwapiga vita hawa maadui wa binadamu mpaka ijulikane mwisho wao. Kwani ulimwengu tunaoishi sasa hivi wameuchafua. Kila leo mataifa huwa yamezongwa na khofu ya ugaidi. Watu wa kawaida wanakosa raha ya maisha, kwa dhana ya kwamba popote pale waendako, kuna hatari ya kutokea machafuko na fujo zitakazowapotezea maisha kwa ghafla. Takriban siku hizi watu, pote ulimwenguni, huwa wameghumiwa na khofu. Kiwingu hiki hakijulikani lini kitapambazuka.

Nini kinacho vutia wakimbizi kuhamia Ulaya?

Kinachowavutia wakimbizi kuhajiri Ulaya na kuhama makwao ni kujiepusha na khofu ya kukamatwa na kutumbukizwa majela bure bure. Vile vile wanaamini Ulaya kuna maisha mazuri na zipo sheria zinazolinda haki za raia, kinyume na makwao ambapo nchi zinaendeshwa kwa sheria za mwituni. Kwa hivyo, watu hufanya kila bidii za kukimbia na kuelekea Ulaya kutafuta maisha ya utulivu. Wanachokishuhudia kila siku makwao ni shida kem kem za maisha, zinazowashinikiza kutuna mithili ya kitumbua.

Jengine muhimu la kuzingatia ni kuwa wengi wa wakimbizi huwa wanafikiria maisha ya usoni ya watoto wao. Wanawatakia

Hashil Seif Hashil (2017): *Uchu na Utamu wa Kutawala kwa Mabavu (Ruling with an Iron Fist).*

elimu ya maana itakayowasaidia kuendesha maisha bora. Kwa hivyo wazee wakimbizi huona hakuna pahala pekee panapoaminika kusomesha watoto isipokuwa ni Ulaya tu! Inafahamika wazi sababu za watu kuwa na mawazo kama hayo. Kwa sababu ya ukatili wa viongozi majambazi dhidi ya umma, huwafanya raia watokwe imani na utawala wa nchi zao. Kama tujuavyo viongozi madikteta huwa wanaendesha nchi kwa mujibu wa vichwa vyao vinavyowaelekeza. Huwa hawana kipya cha kufanya isipokuwa kutesa wananchi tu. Hiyo ndiyo iliyokuwa falsafa ya kimaisha wanayoijua, wala hawana jengine la maana.

Pirika za kupigania uhuru na athari zake

Harakati za kupigania uhuru zilipoanza Afrika haikuwa rahisi hata kidogo kuzitekeleza. Wananchi walijuwa wanapambana na watawala wa kikoloni waliohodhi kila uwezo wa kujihami. Kama tulivyodhukuru kabla kwamba silaha za ulinzi walizonazo wazalendo wanaharakati zilikuwa ni silaha za jadi tu, kama marungu, mapanga na mashoka. Baadhi ya wapigania uhuru waliamua kukimbilia mwituni na walikuwa wakiingia nchini usiku usiku kuendeleza hujuma dhidi ya mkoloni, kwa kutumia mbinu mbali mbali. Kwa mfano huwa wanazitia moto ofisi za wakoloni na kutega mabomu kwenye sehemu zinazohitajika. Kwa bahati mbaya, wako wapiganaji waliokamatwa, na wakishikwa inakuwa hakuna msalie mtume tena. Mkoloni huamua kufanya uovu wa hali ya juu wa kuwatia vitanzi wapiganaji wanaowakamata na kuwatundika kwenye miti. Aidha wakiwapiga hata risasi wapiganaji wengine. Na kwa upande wao wananchi waliyafanya hayo hayo pindipo mtawala anakamatwa. Kwanza humtesa kikweli kweli na baadaye kumuua. Kwa hivyo ilikuwa kama kisu cha kisomali chenye makali ya pande zote mbili. Hali hii ilizusha kivumbi kikubwa kwenye koloni, iliosababisha mkoloni kusalimu amri na, mwishowe, kuihama nchi kidharura, kutaka asitake. Nchi zilizokombolewa namna hivi ziliachiwa chini ya mikono ya wenyeji wazalendo.

Mbinu za wakoloni walizozifanya dhidi ya wananchi

Lazima ifahamike wazi kuwa wakoloni ni mabingwa wa kutesa raia wanaowatawala. Ukweli huu hauna mjadala wala ushindani hata kidogo. Ijulikane kuwa si watu wote walikubali kusalimu amri kirahisi kwa ukoloni. Walikuwepo wananchi waliojaribu kuonyesha kutoridhika kutawaliwa kimabavu na wakoloni. Walibainisha huzuni zao wazi wazi bila kificho. Ukatili wa wakoloni ulidhihirika tena pale wanapomkamata mwanaharakati anayefanya uharibifu wa makusudi wa vyombo ya utawala/sabotaji. Humtesa mwanaharakati huyo mbele ya umma, kuwa kama funzo kwa wengine kutorudia kitendo kama hicho tena dhidi ya wakoloni.

Juu ya madhila yote haya, wazalendo hawakuchoshwa kuendeleza kuharibu mali ya wakoloni, kama kuyatia magari yao moto pamoja na uharibifu kadha wa kadha mwengineo. Kadhalika kwenye harakati kama hizi inafaa ifahamike suala la kujitolea muhanga lilikuwa ni kitu cha lazima. Bila ya hivyo,

Hashil Seif Hashil (2017): *Uchu na Utamu wa Kutawala kwa Mabavu (Ruling with an Iron Fist).*

mkoloni asingaliweza kuihama koloni kwa urahisi kama wengine wanvyofikiri. Ilikuwa "kindumbwedumbwe chariaa" au "vuta n`kuvute". Kuna nyakati wakoloni waliamua kutishia raia kwa kuwatundika mitini kichwa chini miguu juu wanaowakamata. Wakoloni ni wanyama na ugwiji wa kutesa wameuhitimu zamani. Ukweli huu hauna dosari wala shaka. Wakoloni wamenyimwa kabisa imani ya kiutu. Akili zao hazitofautiani na wanyama wa mwitu.

Ukweli wa mambo ni kuwa ndugu zetu kadha wa kadha wameteswa bila ya kiasi na wakoloni. Hatuwezi kusahau kwa urahisi uovu huu. Kwa hivyo ni muhimu kuhakikisha historia hii inasomeshwa vizazi vijavyo ili wajuwe namna nchi zao zilizovamiwa, kudhalilishwa na kutawaliwa kwa mabavu na wakoloni. Vile vile ni muhimu kusomesha historia ya namna wakoloni walivyowaua raia kwa ukatili. Kwani bila binadamu kutambua historia iliopita ya nchi yake huwepo pengo la kimaisha. Huwa mithili ya gombe pevu lililokata kamba.

Wakoloni kutumilia wananchi dhidi ya wazalendo wenzao

Wakoloni walikuwa wakitumia mbinu mbalimbali katika kuimarisha utawala kwenye makoloni. Walielewa vyema kwamba si wananchi wote watakaoridhia au kuwa na furaha ya kutawaliwa. Kwa hivyo wakoloni walifanya uafiriti wa kuwapa pesa baadhi ya wenyeji wafanye ujasusi kwa wananchi wenziwao na halafu kuwaripoti kwa watawala. Watuhumiwa

Hashil Seif Hashil (2017): *Uchu na Utamu wa Kutawala kwa Mabavu (Ruling with an Iron Fist).*

wanapopatikana huwekwa majela au, mara nyengine, hukatwa vichwa bila huruma. Unaweza kujiuliza, kwa nini baadhi ya wazalendo walikubali kutumiliwa namna hivyo na wakoloni kudhuru ndugu zao? Ifahamike ya kuwa sio binadamu wote ni sawa. Huwa wanatofautiana kitabaka na kimawazo hali kadhalika. Kuna fungu la wanadamu wanaokuwa na tamaa ya pesa na huwa tayari kusabilia chochote kile, hata utu wao, madhali atapata pesa. Kwa hivyo kumtia mwenziwe hatiani kwake si dhambi madhali atapata hongo la fedha.

Vita maarufu vya Mau Mau Kenya

Wakati hisia ya kupigania uhuru ilipowavaa vijana Waafrika nchini Kenya, wananchi waliojiita Mau Mau, walijikusanya makundi makundi na kukimbilia mwituni kuandaa ukombozi wa taifa lao. Makundi haya yalikuwa yakiingia mjini nyakati za usiku kupambana na wakoloni wa Kiingereza. Vita vya Mau Mau ni harakati maarufu kabisa za kupigania uhuru zinazotambulikana takriban kote barani Afrika. Wazalendo hawa wa Kenya walikubaliana ya kuwa wakati umewadia wa kupambana na wakoloni, kwa kila njia, mpaka nchi ipate uhuru. Walitumia mbinu kadhaa dhidi ya mabeberu watawala. Walifanikiwa hata kuanzisha zahanati misituni na kuhakikisha wapiganaji wanapojeruhiwa huwa wanapata matibabu yanayofaa. Wapiganaji wa Mau Mau walikuwa na aina ya nidhamu ambayo ni vigumu hata kuelezeka. Kwa mfano, ikiwa mmoja wao, kwa bahati mbaya kakamatwa na vikosi vya wakoloni, huwa tayari kufa kwenye mateso akilazimishwa kufichua siri juu ya

Hashil Seif Hashil (2017): *Uchu na Utamu wa Kutawala kwa Mabavu (Ruling with an Iron Fist)*.

wanaharakati wenzake. Jambo hili liliwashangaza kabisa hata wakoloni Waingereza. Wapiganaji wa Mau Mau wote walikula kiapo cha kujitoa mhanga roho zao kwa niaba ya nchi na kutouza wenziwao kwa wakoloni.

Wanaharakati wa Haki za Binadamu kwenye tafiti walizofanya walikisia idadi ya wananchi 90,000 waliuawa na kuteswa wakati wa vuguvugu la kupigania uhuru Kenya. Vile vile imethibitishwa, miongoni mwa mateso walioendeleza wakoloni dhidi ya wapiganaji ilikuwa ni kuwakata makorodani. Aidha inasemekana idadi ya watu 160,000 waliwekwa kizuizini Kenya na wakoloni. Lazima tukiri kwamba huu ulikuwa ni unyama uliofurutu mipaka ya ubinadamu, na ni vigumu kuelezeka. Hebu tujiulize nini kisa kilichowafanya wakoloni wa UK kutenda uhalifu kama huo kwa binadamu wenziwao?

Hatuwezi kuizungumza Kenya bila ya kumtaja Mzee Jomo Kenyatta. Kwenye maisha yake Mzee Kenyatta alifanya mambo mengi kulisaidia taifa. Kwa ufupi, wasifu wa Kenyatta ni kama ifuatavyo: inaaminiwa Kenyata alizaliwa 20 Oktoba 1891. Kuanzia 1932 mpaka 1933 alikwenda Umoja wa Sovieti ambapo alijifunza uchumi katika Moscow State University. Baadaye alielekea Uingereza na kuanzia 1935 alisoma fani ya anthropolojia katika University College, London na Chuo cha London School of Economics (LSE). Vile vile alipokuwa masomoni, katika miaka ya 1930, Jomo Kenyatta alijiunga, kwa muda mfupi, na Chama cha Kikomunisti na kukutana na wapigania uhuru mbalimbali kutoka Afrika na Visiwa vya

Hashil Seif Hashil (2017): *Uchu na Utamu wa Kutawala kwa Mabavu (Ruling with an Iron Fist).*

Karibean. Mwaka wa 1946 Kenyatta, alirejea Kenya baada ya kutumia miaka 15 nje ya nchi. Alichaguliwa kuongoza chama cha kizalendo cha Kikuyu Central Association (KCA) mwaka 1947 kwa madhumuni ya kutetea haki za raia dhidi ya walowezi wa kizungu. Baina ya miaka ya 1948 mpka 1951 Kenyatta alizuru sehemu mbalimbali za Kenya kuhamasisha umma kujiandaa kupigania uhuru na ardhi zao zilizonyakuliwa na walowezi wa Kiingereza. Mnamo tarehe 21Oktoba 1952 Kenyatta alikamatwa na wakoloni kwa tuhuma alishirikiana na "wahalifu" wa Mau Mau. Alikataa katu katu shitaka la kuwa ana uhusiano na wapiganaji wa Mau Mau. Mwaka 1953 Kenyatta alihukumiwa kifungo cha miaka saba. Kenytta aliachwa huru Agosti 1961. Kwenye uchaguzi wa kuwasilisha uhuru Kenya uliofanywa mwezi Mei 1963 Chama cha kizalendo cha Kenya African National Union (KANU) kilishinda kura. Kuanzia Disemba 1963, pale Kenya ilivyopata uhuru, mpaka 1964 Kenyatta alishika nafasi ya Waziri Mkuu. Baada ya hapo alikuwa Rais wa Jamhuri ya Kenya tangu 1964 hadi 1978. Rais Kenyatta alifariki tarehe 22 Agosti 1978.

Taifa la Kenya limepitia misukosuko mingi sana kabla ya wananchi kujinyakulia madaraka 1963 na, hatimaye, kukamata hatamu za kuendesha nchi wenyewe kwa salama na amani. Historia ya Kenya ni ndefu. Hadi hii leo watawala wakoloni bado wanakumbuka shida walizozikabili kwenye vuguvugu la uhuru wa Kenya. Wapo baadhi ya wakoloni walioandika kumbukumbu zao juu ya Kenya na kukiri waliyoyashuhudia huko hawataweza kuyasahau milele.

Hashil Seif Hashil (2017): *Uchu na Utamu wa Kutawala kwa Mabavu (Ruling with an Iron Fist)*.

Mapambano ya Afrika Kusini kati ya ANC na Makaburu

Mapambano ya uhuru Afrika Kusini yalikuwa ya kihistoria, makali na pia marefu. Mapambano yaliongozwa na Nelson Mandela. Mwanaharakati shupavu Mandela alizaliwa 18-07-1918 na kufariki 05-12-2013. Falsafa ya Mandela ilikuwa "wisdom & patience", yaani "busara na ustahamilivu". Tangu alipokuwa mwanafuzi wa Chuo Kikuu, akisomea sharia, Mandela alishiriki kwenye harakati kadha wa kadha za siasa dhidi ya serikali ya makaburu wachache wa Afrika Kusini. Mnamo 1942 Mandela alijiunga na chama cha kizalendo cha African National Congress (ANC) na kuwa msitari wa mbele miongoni mwa wanaopigania haki za wanaokandamizwa.

Tukio la kihistoria lilijiri Afrika Kusini mwisho wa miaka ya 1940. Mwaka 1948 Afrika Kusini ilifanyisha uchaguzi ambapo National Party (NP), chama cha wazungu Waafrikanda (Afrikaner) kilipata ushindi. Wafuasi wa NP waliwasilisha sheria mpya za kibaguzi zilizogawa raia kwa mujibu wa makabila na jamii ambazo kwa umaarufu zikijulikana kama *apartheid*. Sheria zilipiga marufuku raia weusi kuchanganyika na wazungu kwenye huduma zote za maisha. Kwa mfano, ilikuwa ni kosa kwa Waafrika kuchanganyika na wazungu kwenye mabasi, magari ya moshi, katika maskuli na hata kwenye viwanja vya mpira ambapo Waafrika walitakiwa wakae sehemu zao maalumu mbali na watazamaji Wazungu.

Hii ni sera iliopingwa takriban na wananchi wote Waafrika.

Hashil Seif Hashil (2017): *Uchu na Utamu wa Kutawala kwa Mabavu (Ruling with an Iron Fist).*

Miongoni mwa wapinzani wa mstari wa mbele alikuwemo Nelson Mandela. Mnamo 1955 Mandela aliamua kuanzisha kampeni ya kutetea usawa kwa wote nchini, bila ya kutumia silaha. Msimamo huu ulisababisha Mandela kushitakiwa uhaini na serikali ya kaburu katika kesi iliochukua muda mrefu kumalizika. Kesi ilifanyika kuanzia 1956 hadi 1961. Ilikuwa ni kesi ya kihistoria. Hata hivyo, ilipotimu 1961 Mandela alichaguliwa kamanda wa kikosi cha ANC cha kupigania uhuru. Wakati huo huo ndipo Mandela alipohukumiwa na serikali kwa kosa la uhaini na kutumbukizwa jela kwa kifungo cha miaka mitano. Baadaye wenye madaraka waliongeza mashitaka kwa Mandela na kutoa adhabu ya kifungo cha maisha. Mandela alianza kutumikia kifungo kwenye jela la Robben Island.

Mwaka 1984 Mandela alihamishwa Robben Island na kupelekwa gereza la Pollsmoor liliopo mji wa Cape Town. Mwezi Disemba 1988 alihamishwa tena na kuwekwa katika gereza la Victor Verster. Alipokuwa jela Mandela alichukua fursa ya kujifunza lugha ya Waafrikanda na pia historia yao. Jambo hili lilimsaidia Mandela kuwasiliana kwa Kiafrikanda na maaskari makaburu waliokuwa wakimlinda. Alisalia jela mpaka 1990. Wakati Mandela alipokuwa kizuizini mataifa mbalimbali duniani yaliendeleza kampeni za kuishinikiza serikali ya Afrika Kusini imwachie huru. Aliachiwa huru kutoka jela ya Victor Verster mnamo tarehe 11 Februari 1990.

Kadhalika ni muhimu hapa kukumbuka ya kuwa mnamo 02 Februari 1990 Rais wa Afrika Kusini wakati huo, F.W.de Klerk

Hashil Seif Hashil (2017): *Uchu na Utamu wa Kutawala kwa Mabavu (Ruling with an Iron Fist).*

alipitisha mswada wa sheria ulioruhusu pia chama cha wazalendo kilichopigwa marufuku cha ANC, kuanzisha tena shughuli kama vyama vyengine vya siasa nchini. Vile vile mnamo 1993 Nelson Mandela na Rais de Klerk, walitunukiwa shahada ya Tunzo ya Amani ya Nobel kwa juhudi zao ziliofanikiwa kuwasilisha mageuzi ya demokrasia Afrika Kusini kwa raia wote pasipo ubaguzi.

Aidha katika 1994 tulishuhudia kutekelezwa, kwa mara ya kwanza, katika Afrika Kusini mfumo wa kupiga kura ulioruhusu kila raia aliostahili kupiga kura kushiriki kwenye uchaguzi wa taifa bila pingamizi. Chama cha ANC kilipata ushindi kwenye uchaguzi mkuu, na Mandela aliteuliwa kuwa raisi wa kwanza Mwafrika kushika hatamu za utawala Afrika Kusini. Mandela alikamata madaraka kuanzia 1994 mpaka alipostaafu mwaka 1999.

Inafaa tujikumbushe kwamba kabla ya mabadiliko haya ya kisiasa kutokea Afrika Kusini, kulipamba mapambano makali baina ya wazalendo dhidi ya utawala wa kikaburu. Katika maandalizi ya vuguvugu la ukombozi Afrika Kusini Chama cha ANC kilikuwa kikituma vijana wao nchi kadhaa kupatiwa mafunzo ya kijeshi. Ilikuwa ni matumaini ya chama, vijana wanapohitimu mafunzo yao watarejea Afrika Kusini na kusiriki vizuri zaidi kwenye mapigano dhidi ya utawala wa kikaburu. Kwa vile mapambano yalikuwa makubwa, hatimaye, makaburu walilazimika kusalimu amri na kuafikiana na walio wengi kuleta mabadiliko y demokrasia nchini kwa njia za salama. Tunapaswa

Hashil Seif Hashil (2017): *Uchu na Utamu wa Kutawala kwa Mabavu (Ruling with an Iron Fist).*

hapa pia kukumbushana ya kuwa si nchi zote katika Afrika zilifanikiwa kupata uhuru kwa kupitia nidhamu za uchaguzi. Katika baadhi ya nchi raia walilazimika kuchukua silaha na kupigana na watawala wakoloni mpaka pale walipoutia uhuru mkononi.

Kwa nini wakoloni walikuwa makatili kwa wanao watawala?

Jawabu ni moja tu. Tuseme ingelikuwa wakoloni hawakugundua mbinu za makandamizo ya raia katika koloni zao wasingemudu kutawala kwa muda mrefu. Wanafahamu ya kuwa si watu wote wanaoridhia kutawaliwa kimabavu na wageni. Kwa hali hiyo ndipo wenyeji wa makoloni wanapowajibika, kufanya kila wawezalo, kubainisha upinzani wao dhidi ya mavamizi na utawala wa mabavu wa wakoloni. Kwa mfano, kuna wazalendo wanaoamua kufanya uharibifu wa makusudi wa vyombo vya dola vya mkoloni. Tatizo ni kwamba mzalendo anayetenda hayo, anapotiwa mbaroni na wakoloni, hushika adabu yake, kwani mateso anayoyapata huwa hayasemeki na ni makubwa. Baada ya mateso bila shaka mwanaharakati ataathirika mwili na akili, na hushindwa tena kuishi maisha ya kawaida. Wakoloni wakifahamu vizuri ya kuwa bila ya vitisho vya mateso vya raia wasingeliweza kutawala au kuishi kwa utulivu wa muda mrefu kwenye koloni zao.

Hata hivyo, mateso na vitisho vya wakoloni vilishindwa kukomesha ghadhabu za umma, kama tulivyoelezea kabla.

Hashil Seif Hashil (2017): *Uchu na Utamu wa Kutawala kwa Mabavu (Ruling with an Iron Fist).*

Wazalendo wanaharakati waliendelea kuharibu mali za wakoloni na kuwa tayari kupokea adhabu yo yote ile pindipo wakikamatwa. Mwanadamu hazuiliki kutenda alitakalo baada ya kupata mateso. Kwani bila ya sakata hili pasingalipatikana ukombozi katika nchi za Kiafrika. Ndugu wengi walipoteza maisha katika kupigania uhuru na kwenye ukombozi wa nchi zao. Bila ya mapigano mataifa kadhaa ya Kiafrika yangeliendelea kutawaliwa na maharamia wa nchi za ngambo.

Ama kwa upande wa wakoloni nao pia hawakusahau vuguvugu la upinzani lililoanzishwa na wazalendo dhidi yao. Hasa wanapokumbuka mateso waliyofanyiwa baadhi yao pale wananchi wanapomfuma na kumkamata mtawala mkoloni - kunakuwa hakuna tena mazungumzo. Akishikwa mkoloni mateka, kwanza, huteswa kwa kulipa kisasi. Baadaye hata huuliwa, tena kwa kinyama kabisa, kwa madai wakoloni nawo waweze kutambua maumivu wanayowafanyia wanaowatwala.

Kwa nini wananchi wamuonee huruma mtawala, wakati kila siku kazi yao ni kutesa wananchi? Itakuwaje kumuonea jambazi huruma? Kwenye kamusi lao, watawala walijualo hakuna jengine bali ni mateso tu dhidi ya wananchi. Vilevile kuliwepo wananchi wasiopendelea kumtesa mkoloni anapokamatwa. Hupendekeza aachiwe, kwa matarajio akirejea kwa wakoloni wenzake huenda akawanasihi juu ya umuhimu wa kukomesha tabia ovu ya kutesa wazalendo. Kusema kweli, kwa fikra zangu binafsi, naona mwenye mawazo kama haya lazima yumo kwenye usingizi mzito kabisa.

Hashil Seif Hashil (2017): *Uchu na Utamu wa Kutawala kwa Mabavu (Ruling with an Iron Fist)*.

Jee, Waafrika wanatambua maana ya demokrasia?

Unapojaribu kuuliza suala hili Afrika hujibiwa kwamba mfumo wa demokrasia hauwahusu Waafrika. Hawana haja nao. Husisitiza demokrasia ni ya Wazungu. Basi huoni kwamba hicho ni kivumbi!? Waafrika sio wameshindwa kufahamu maana ya demokrasia; hujifanya hamnazo tu wanapodai mfumo wa demokrasia ni utamaduni wa kizungu. Hapa ndipo kindumbwendubwe kinapoanza. Tunawajibika kutambua demokrasia ni nidhamu inayomhusu kila mmoja wetu. Kwa sababu mfumo wa demokrasia ni utaratibu halali unaomwezesha kila mtu kutambua haki za raia kuwa huru, na sawa, kwenye nchi anayoishi. Tunaamini nchi iliokosa demokrasia huwa sawa na mazingira yanayotawaliwa na sheria za mwituni, ambapo yanayotokea humo ni kulana na kuumizana tu bila ya hisia.

Ikiwa Bara la Afrika litakosa demokrasia basi hali itakuwa kama ya mafisi wanaokula wanyama wenziwao wangali wazima. Hivyo kweli ni hali hii waitakayo Waafrika wa karne ya ishirini na moja? Fikra hizi zimeshapitwa na wakati na hazitofanikiwa kamwe kutekelezwa kwenye harakati za kukomboa nchi.

Inapasa ifahamike Afrika ina safari ndefu kufikia kiwango ambacho wenziwao wa mataifa yaliyoendelea kiuchumi na kijamii wameshawasili kitambo. Nchi hizi sasa huwa zinavuna matunda ya jitihada walizozihangaikia miaka chungu nzima za kudhibiti taratibu za demokrasia makwao. Wahenga walinasihi kwamba "penye nia pana njia". Kwa hivyo, tamaa kubwa ipo na asaa Afrika nayo itawasili mfundoni kwa furaha na amani.

Hashil Seif Hashil (2017): *Uchu na Utamu wa Kutawala kwa Mabavu (Ruling with an Iron Fist)*.

Ameen. Hakuna kitu kibaya kama mwanadamu kusema kuwa hilo haliwezekani. Kwanza ni kujaribu na baadaye kutizama matokeo yatakuwaje.

Kwa nini viongozi wa Afrika hawajifunzi yanayo tokea duniani?

Mwanadamu anawajibika kuwa na uchu wa kujifunza ukweli halisi wa namna mambo yalivyo duniani. Akifanya hivyo atafaidika pakubwa na kusoma mengi asiyoyajua, yatakayomsaidia kuimarisha maendeleo nchini.

Kwa mfano wazee wetu wa kale walijifunza mengi kutoka wanyama na ndege. Wazee walikuwa hawajui kama baadhi ya matunda yalikuwa yanafaa kuliwa au la. Waliweza kutambua matunda ya kuliwa bila kudhurika baada ya kuwaangalia ndege. Kwa hivyo, ni wazi kiumbe anapokubali kuangalia na kujifunza asichokijua, hufaidika pakubwa na huibuka na elimu ya hali ya juu kabisa maishani mwake.

Vile vile ni muhimu kujielimisha mambo yanayotokea kwa wenzetu. Kama ni mazuri yafuatwe. Yasiofaa tuyaweke upande. Nchi za Ulaya na sehemu nyengine za ulimwengu zimeweza kufanikiwa kupiga hatua za maendeleo kwa kujifunza mambo ya wenziwao. Ndio maana hivi leo mataifa ya Ulaya hunawiri kiuchumi, kiutamaduni, kiufundi na kadhalika. Asiyetaka kujifunza kwa mwenziwe huwa ni kipofu wakujitakia.

Hashil Seif Hashil (2017): *Uchu na Utamu wa Kutawala kwa Mabavu (Ruling with an Iron Fist).*

Mchango wa Cuba kwa ukombozi wa Afrika

Taifa la Cuba ni miongoni mwa mataifa yaliosabilia michango mikubwa kabisa, ya hali na mali, kuisaidia Afrika kujikomboa na utawala wa kikoloni. Baadhi ya mataifa yaliopokea misaada ya Cuba kwenye vuguvugu la uhuru ilijumuisha Afrika Kusini, Congo na Nambia. Vile vile Visiwa vya Zanzibar/Unguja navyo vilibahatika kupokea misaada ya Cuba. Katika miaka ya 1962, vijana 15 wa Unguja na Pemba walipelekwa Cuba kusomea elimu ya upiganaji vita vya kuvizia misituni. Kadhalika mataifa tuliyoyataja hapo juu nayo pia yalipeleka vijana wao Cuba kupata mafunzo ya kijeshi. Vijana walipohitimu mafunzo walirejea makwao na kuanzisha fukuto la kupambana na wakoloni na vibaraka vyao waliokandamiza wananchi mpaka ushindi ulipopatikana.

Hapa inawajibika kumpa heko kiongozi wa mapinduzi ya Cuba, "El Comandante" Fidel Alejandro Castro Ruz kwa ujasiri wa kukubali kuzisaidia nchi za Kiafrika kujikomboa. Kwani bila ya misaada ya Cuba, mataifa haya yangeliendelea kuzorota chini ya utawala wa kidhalimu wa walowezi wa kibepari. Fidel kafanya mambo mengi si kusaidia ukombozi wa Afrika tu, bali pia mataifa ya Amerika ya Latina/Amerika Kusini. Hakuna atakayemsahau.

Inatulazimisha hapa kueleza, kwa ufupi, historia juu ya Fidel na namna alivyochukua madaraka Cuba. Fidel Castro Ruz alizaliwa Jimbo la Oriente, Cuba tarehe 13 Agosti 1926 na kufariki 25 Novemba 2016.

Hashil Seif Hashil (2017): *Uchu na Utamu wa Kutawala kwa Mabavu (Ruling with an Iron Fist)*.

Katika 1945 Fidel alisoma sheria katika Chuo Kikuu cha Havana, kwenye mazingira yaliomzindua kimawazo juu ya hali hakika ya siasa na mambo yalivyo nchini kwao. Mwaka 1953 Fidel na vijana wenzake wapinzani waliamua kumwondosha madarakani kiongozi aliyetawala Cuba kimabavu wakati huo, yaani dikteta Sajini Fulgencio Batista. Mnamo tarehe 26 Julai 1953 Castro na wanaharakati 150 waliamua kuanzisha mapigano kwa kuhujumu kambi ya maaskari ya Moncada, iliopo eneo la Santiago de Cuba. Huko walikabiliwa na wanajeshi elfu moja ziada. Hitilafu kubwa iliojiri kati ya idadi ya wanajeshi wa Batista na wanaharakati ndiyo iliosababisha Castro na wenziwe kutofanikiwa kwenye jaribio la kumwondosha madarakani Sajini Batista. Kati ya wapiganaji ni vijana 30 tu walionusurika maisha, akiwemo Castro. Walishikwa na wenye madaraka na kutumbukizwa jela kwa miaka chungu nzima.

Baada ya kufunguliwa, mnamo 1955, Fidel na wenzake walinunua meli ndogo, iliyopewa jina la *Granma,* na walifunga safari ya kuelekea Mexico kujifunza fani ya vita vya mwituni. Miongoni mwa wanaharakati walioshiriki masomoni Mexico alikuwemo daktari kutoka Argentina, Ernesto Guevara, au kwa umaarufu "Che". Walipomaliza masomo Mexico, kina Fidel walipanga tena kurejea Cuba kuipindua serikali ya Sajini Batisa. Kwa bahati mbaya siri ya mpango wao huu ilivuja na kuitahadharisha serikali ya Batista. Kundi la Fidel lilipowasili Cuba tarehe 30 Novemba 1956 walishambuliwa na ndege za serikali ya dikteta, hali iliosababisha mauaji kadhaa ya wanapinduzi. Kadhalika walipoteza meli yao, silaha na vyakula

Hashil Seif Hashil (2017): *Uchu na Utamu wa Kutawala kwa Mabavu (Ruling with an Iron Fist).*

vya kujishikiza kwa muda. Walionusurika mashambulio haya ilikuwa ni watu 12 tu, akiwemo Fidel. Wapiganaji walikimbilia Cuba kusini kwenye milima ya Sierra Maestra na kusalia huko kwa muda mrefu. Kundi hili la wapiganaji ndilo liliozusha tukio la kihistoria Cuba. Mnamo tarehe 01 Januari 1959 vikosi vya Fidel viliingia mjini Havana kwa ushindi na kumpindua Batista, aliyeihama nchi.

Mchango wa Cuba katika Afrika na maeneo mengine duniani

Mapinduzi ya Cuba yalilikasirisha taifa kuu jirani la Marekani, hasa pale Fidel Castro alipoteuliwa na wanamapinduzi kuongoza nchi. Vile vile Marekani ilichukizwa zaidi pale Cuba ilipopitisha sheria ya kutaifisha mashamba na ardhi ziliomilikiwa na Batista na wafuasi wake. Serikali ya mapinduzi Cuba iliamua kuzifanya ardhi na mashamba yote nchini kuwa miliki ya taifa. Aidha sekta kadhaa nyinginezo za kiuchumi na jamii ziliwekwa chini ya serikali ya mapinduzi, kwa masilahi ya umma dhidi ya ubinafsi. Sera hizi ziliichochea Marekani kuivamia Cuba katika 1961 kwa kutumia Wacuba wapinzani wa mapinduzi waliokua wakiishi Marekani na wengine ndani ya Cuba yenyewe. Lakini jaribio lao halikufanikiwa. Tukio hili lilimwaamsha Fidel kutafuta misaada ifaayo kutunza mamlaka ya Cuba ya mapinduzi. Ndipo Fideli alipoamua kuiomba Serikali ya Umoja wa Sovieti (Usovieti) kuisaidia Cuba kupata silaha za kulinda mamlaka ya taifa. Usovieti iliitumia Cuba makombora ya masafa ya wastani, hali ambayo ilizusha mtafaruku uliohatarisha hata usalama na amani ya kimataifa. Marekani, kwa upande wake, ilitangaza kuwa itaivamia Cuba kama haijaondosha makombora ya Kisovieti nchini kwa madai yanahatarisha usalama wa bara la Marekani. Hatimaye makombora yaliondoshwa kutoka ardhi ya Cuba mwaka 1962 baada ya maafikiano ya Raisi wa Marekani John F. Kennedy na Waziri Mkuu wa Usovieti, Nikita Khrushchev kwamba Marekani haitavamia Cuba.

Hata hivyo, Marekani iliendelea kuandaa mbinu aina kwa aina ziliokusudiwa kuyakomesha mapinduzi ya Cuba. Miongoni mwa njama ilizotumia ilikuwa pamoja na vikwazo vya jumla dhidi ya Cuba. Vile vile Shirika la Ujasusi la Marekani (CIA) liliandaa njama 600 za kumuua Fidel. Lakini mbinu zao zote walizoandaa hakuna hata moja iliofanikiwa.

Wakati wa uhai wake Fidel Castro alipata fursa ya kuzuru nchi mbalimbali za Afrika ziliopokea misaada ya kujikomboa kutoka Cuba, zikiwemo Afrika Kusini, Namibia na pia Jamhuri ya Kidemokrasi ya Congo ambapo alikutana na viongozi wake. Utaweza kusema sehemu iliyomvutia Zaidi ilikuwa Afrika Kusini alipokutana na kiongozi shupavu Nelson Mandela aliyewekwa kifungoni na makaburu kwa miaka isiopungua ishirini na saba. Makaburu ni wanyama na ni vigumu kuelezea vitendo viovu vyao dhidi ya wapigania uhuru Afrika Kusini.

Hashil Seif Hashil (2017): *Uchu na Utamu wa Kutawala kwa Mabavu (Ruling with an Iron Fist).*

Kwa nini wakoloni walikuwa makatili kwenye makoloni?

Kwanza, lazima tujiulize hawa wakoloni ni nani? Hawa ni maharamia waliozivamia nchi za wenziwao kwa mabavu bila ya ridhaa ya wananchi. Ndio maana wakoloni hukakamaa na kukandamiza wananchi wanaowatawala, kutaka wasitake! Ni wazi kabisa wakoloni wanafahamu kuwa hakuna anayewapenda. Itakuwa vigumu kwa wananchi kuwapenda maharamia. Kwani hawa si watu; tabia zao ni mithili ya wanyama wa mwituni. Ni nani huyo ambaye atakayempenda mtawala aliyemvamia kwenye nchi yake, kumtawala, kumtesa na hata mara nyengine kumuua ?

Kwa sababu hizo, ndio maana wakoloni wakazusha falsafa uchwara ya kikatiki na mateso dhidi ya wananchi wanaowatawala. Kama si hivyo, ingalikuwa vigumu kwao kuweza kuzitawala nchi walizoziteka kwa mavamizi. Majambazi hawa, kikawaida, huwa wametokwa imani na huruma ya kiutu. Walijualo wao zaidi ni kutumbukiza watu majela, kutesa na mwishowe kuwaua wale wanaowapinga. Hii ndiyo falsafa yao, jengine hawana. walichonacho ni kutawala na kuwakandamiza anaowatawala.

Vile vile desturi nyengine ovu ya wakoloni ni kuiba rasilmali za nchi wanazozitawala na kuzihamishia kwao wanakotoka. Pia tutashuhudia majela ya makoloni huwa yamefurika wazalendo wasiokubali kutawaliwa, hasa wanaharakati walioshikwa wakihujumu na kuharibu nchini miundombinu ya jumla ya wakoloni.

Hashil Seif Hashil (2017): *Uchu na Utamu wa Kutawala kwa Mabavu (Ruling with an Iron Fist).*

Baadhi ya wananchi wanaopinga ukoloni, mara nyingi hupoteza maisha kutokana na mateso na maumivu wanayoyapata wanapokuwemo vizuizini. Mkabala huu ndio anaowafanyia wananchi nawo pia wanapomkamata mtawala mkoloni huwa tena hakuna mazungumzo, isipokuwa ni kumuua, tena kwa kikatili, na kulipa kisasi kwa wanayofanyiwa wazalendo wenziwao na wakoloni.

Kwa ufupi wakoloni si watu hata kidogo, maana lengo walilonalo siku zote ni kuridhia maslahi ya kutawala kwa kuzinyonya, kwa ubadhirifu, nchi wanazozitawala. Wanapohama nchi wakoloni huziwacha uchiiii na huwanyima wananchi cha kujivunia cha maana, isipokuwa labda bendera ya marangi rangi kupepea!

Jinsi Afrika ilivyogawanywa kama keki

Huu ni msiba adhimu barani Afrika, ni kama kuchezeshwa `kibafte: pata mpatae` - yaani wakoloni kuamua kuingia Afrika kwa mabavu na kutawala. Hali hii ilileta unyonge mkubwa kwa wananchi ndani ya mataifa yao. Umma hubakia kuvumilia hivyo hivyo na kula mrututu.

Historia inaeleza kwamba wakoloni walimiliki nguvu za majahazi ya matanga, mashine za kila aina na vile vile kumiliki mizinga kadhaa ya kujinata. Umiliki huo uliwawezesha kuvamia mataifa dhaifu nje ya maeneo yao. Wakishaziteka nchi wakoloni hufanya kibafte, kila mmoja wao huchagua sehemu aitakayo.

Hashil Seif Hashil (2017): *Uchu na Utamu wa Kutawala kwa Mabavu (Ruling with an Iron Fist).*

Hapo tena ndipo utawala wa kikoloni kwenye nchi mateka unapoanzishwa kwa mabavu na unyama katili wa hali ya juu kabisa.

Wakoloni wamelidhalilisha Bara la Afrika kwa kiwango ambacho ni vigumu kuelezeka. Waafrika walibakiziwa na wakoloni unyonge, hohehahe. Walishindwa kuwa na chochote kile cha kujihami na kunyimwa hata nguvu za kupigana! Wakoloni ndivyo walivyo, wanapoingia nchi dhaifu, wananchi wakitaka wasitake, ni kukubali kushindwa, hakuna jengine la kufanya.

Si hayo tu, wale wananchi waliojaribu kujifanya kichwa mchungu, kutokubali kutawaliwa, waliteswa na kutumbukizwa magerezani wakiozeana humo kwa muda mrefu. Kwa nini ikawa Wafrika kuteswa na mataifa ya kigeni kwenye mamlaka zao halali? Inakuwa tena kama ule msemo wa Waswahili: "mwenye nguvu mpishe". Waafrika roho zao ni za imani kabisa, na ndio sababu wakakumbwa na maafa ya kuvamiwa nchi zao na kutawaliwa kwa mabavu na wageni, hasa kutoka mataifa ya Ulaya, kinyume na ridhaa au matakwa ya wananchi.

Kwa mujibu wa historia, Waafrika wa siku za kale hawakuwa na marafiki wengi duniani waliokuwa na uwezo wa kuwasaidia kuwang'oa wakoloni nchini mwao. Hata hivyo waliobahatika kuwa na marafiki wachache waliweza kuchangia kwenye juhudi za kuhifadhi mamlaka zao dhidi ya wakoloni wageni. Tuchukue mfano, nchi kama Visiwa vya Zanzibar; ilipovamiwa na Mreno

Hashil Seif Hashil (2017): *Uchu na Utamu wa Kutawala kwa Mabavu (Ruling with an Iron Fist)*.

kwenye karne ya kumi na tano wazalendo wa Visiwani waliwajibika kusafiri kwa majahazi ya mwanchombo, ya matanga, na kuelekea Muscat-Oman kuomba watawala wa huko kuja Zanzibar kumtoa Mreno. Inafurahisha kujua Waomani hawakukasiri na walikuja Visiwani kupigana na kumtimua Mreno kutoka pwani ya Afrika Mashariki na akatokomelea Msumbiji.

Wakoloni walidhibiti umahiri wa usafiri baharini na kutumia silaha

Watawala wa kiharamia wakoloni walimudu vizuri fani ya ubaharia, au tuseme utaalamu wa kusafiri bahari kuu na kuongoza vyombo majini kwenda popote pale watakapo. Linaloshangaza wengi ni kwamba safari zao kwanza ilikuwa barani Afrika. Hawakuwa wapumbavu maana walijua nyakati hizo za kale Waafrika walinyimwa ujuzi wa kimaendeleo. Kwa hivyo ilikuwa rahisi kwa wakoloni kuvamia na kutawala nchi za Afrika bila ya upinzani mkubwa wa mapigano.

Yote hayo waliyatafakaria kabla ya mavamizi yao, kwa kulingana na taaluma waliokuwa nayo kuhusu aina mbalimbali za elimu ya dunia.

Wakoloni wakijua nini wanafanya na lengo lao lilikuwa ni lipi. Ndiyo mana wakafanikiwa na kuweza kutawala nchi kadhaa duniani. Kusema kweli kwenye vichwa vyao wakoloni, lengo lilikuwa ni kuiba mali ya asili na utajiri mwingineo wa nchi zinazovamiwa, na baadaye ukwasi huu kuuhamisha makwao

Hashil Seif Hashil (2017): *Uchu na Utamu wa Kutawala kwa Mabavu (Ruling with an Iron Fist).*

walikotoka. Kwa ufupi, watawala ni majambazi na maharamia. Wakijuacho, wazi kabisa, ni wizi na kuua basi, sera asilia iliowashinikiza kuzivamia nchi za Afrika pamoja na sehemu nyengine za ulimwengu.

Utumwa ulivyoibuka Afrika na wahusika wake

Hapa ni lazima kwanza tuweke wazi ule ukweli wenye kubainisha uasili wa utumwa katika Afrika. Wenyeji wa katika bara la Afrika walikuwa na tabia ya kuuzana kabla hata wakoloni hawajazivamia nchi zao. Ilikuwa ni baadaye Wazungu na Waarabu walipokuja nao kushiriki kwenye biashara ya utumwa wa kuuza Waafrika katika sehemu nyengine za dunia. Machifu wa jadi wa Kiafrika walikuwa wakimiliki watumwa chungu nzima na kuwatumia kwenye huduma mbalimbali za kijamii, mathalan, katika ufugaji wa wanyama na kilimo cha kujipatia riziki.

Kwa hivyo, sio sahihi kusingizia Wazungu na Waarabu pekee kuanzisha utumwa Afrika ilhali biashara hiyo ilikuwa imeshaanza, imeshaota mizizi na kushamiri vilivyo barani humo kabla ya wao kuwasili. Tuulize basi kwa nini wanahistoria wengine Afrika huwasingizia wageni na kujisahau kwamba uchafu wa kununua na kuuza wanadamu wenziwao, kama bidhaa za sokoni, ulianzishwa na wao wenyewe Waafrika? Inasikitisha, kimaadili, kuwa mwanadamu anamudu kuuza binadamu mwenziwe kwa mtu mwengine, bila kutambua wapi mtumwa atapelekwa na kufanyishwa kibarua cha aina gani.

Hashil Seif Hashil (2017): *Uchu na Utamu wa Kutawala kwa Mabavu (Ruling with an Iron Fist).*

Watumwa walikuwa wakipakiwa kwenye majahazi kwa kufungwa minyororo ya shingo na miguu. Wengi wao walikufa safarini na kutupwa baharini, kabla hawajafika walipokusudiwa kupelekwa kuuzwa. Sijuwi wazo la kuuza wenziwao wanadamu wamelipatia wapi. Tuseme wafanyaji biashara ya utumwa walikuwa na uroho wa kupata pesa kwa kuuza "bidhaa" ya wanadamu! Wadhalimu kama hawa tuwape jina gani?

Wafanya biashara ya watumwa waliwatesa wenziwao kiwango ambacho ni vigumu kuelezeka. Waliwatesa watumwa kwa kuwapiga mijeledi kwenye migongo yao mpaka madamu kuchuruzika.

Kwa mujibu wa tarekhe/historia, utumwa wa kimataifa ulianzishwa karne ya kumi na tisa. Kwa bahati mbaya baadhi ya mataifa yaliselelea na biashara hiyo ya utumwa hadi karne ya ishirini, licha ya kuwa katika kipindi hicho biashara ya utumwa, kwa ujumla, ilikuwa imeshapigwa marufuku takriban ulimwengu mzima. Kwa mfano, Saudi Arabia iliendelea kuruhusu utumwa nchini mpaka 1962; Ethiopia hadi 1942; Peru nayo iliendeleza utumwa mpaka 1968, na India ilihimili utumwa mpaka 1976. Kwa hivyo inaonyesha dhahiri biashara ya utumwa ilizagaa sio Afrika peke yake bali takriban kwenye maeneo yote ya dunia.

Ama kuhusu watumwa waliopelekwa Marekani kutoka Afrika, hivi karibuni baadhi ya vizazi vyao walifanyiwa uchunguzi wa DNA, ili kutambua hasa asili zao. Matokeo ya uchunguzi yalithibitisha walichanganya damu na Wazungu waliomiliki watumwa na kudhibiti biashara ya watumwa katika karne ziliopita. Bayana hii ilifunua ule ukweli ya kwamba wamiliki watumwa Wazungu nchini Marekani walikuwa wakijamii, bila hiyari, na kunajisi wajakazi waliowamiliki. Mnamo miaka ya karibuni, baada ya kudhihirika uhusiano wa damu miongoni mwa vizazi vya pande mbili zilizoambatana na biashara ya utumwa Marekani wahusika walikutana, wakasameheana yaliopita, wakabusiana na kuwa familia.

Mwanasheria wa Kiingereza, James Stephen (1758-1832) alikuwa miongoni wa wanaharakati wa msitari wa mbele kwenye vuguvugu la kukomesha biashara ya utumwa katika karne ya kumi na tisa. Mwaka 1806 Stephen alisaidia kubuni sheria ya kupiga marufuku raia wa Uingereza kushiriki kwenye biashara ya utumwa na Ufaransa. Hatua hii ilizalisha mswada wa sharia wa mwaka 1807 uliopiga marufuku na kukomesha, kijumla, Biashara ya Utumwa. Ilichukua miaka ishirini kabla ya kitendo cha kuuza wanadamu kiliposita kote Ulaya.

Madikteta wamesambaa kwingi duniani

Ulimwengu wetu, hasa wa karne ya ishirini, ulizongwa na madikteta wa kila aina. Mathalan, katika taifa la Ethiopia alitawala dikteta Mfalme Haile Selassie. Mnamo 1974 maofisa wa kijeshi, walioongozwa na Liuteni Kanali Mengistu Haile Mariam, walimpindua Mfalme Selassie. Iliripotiwa Lt Kanali Mengitsu ndiye aliyemchukua Mfalme Selassie kwenye ofisi na kumkandamiza ukutani mpaka akafa. Baadaye likachimbwa kaburi ofisini na kuitumbukiza maiti ya Selassie. Kuna tetesi ya kuwa kila Mengistu akiingia ofisini kwake alikuwa kwanza akilikanyaga kaburi la Haile Selassie. Raha gani akipata kiumbe huyo kwa kitendo hiki?

Dikteta mwengine aliyevuma Afrika alikuwa ni Raisi wa Jamhuri ya Afrika ya Kati, Jean Bedel Bokassa. Raisi Bokassa alijenga gereza chini ya kasri lake ambamo aliwafungia wapinzani wake. Alikuwa na desturi ya kuwazuru na kuwatesa mahabusi takriban kila wiki. Ni vigumu kikweli kufahamu namna akili za madikteta zinavyofanya kazi. Wanadamu wanawajibika kuwatupia macho makali makatili hawa kwa vitimbi vyao dhidi ya binadamu wenziwao.

Wafrika wa leo, kimaadili, hatuwezi kuwafananisha na Waafrika wa siku za kale, kwa sababu chungu nzima. Kwanza, Waafrika wa siku hizi wamesoma elimu za juu, na pia kupata fursa ya kusafiri nchi mbalimbali duniani na kushuhudia binafsi maendeleo. Wanaporejea makwao hujaribu kutumia waliojifunza safarini kwa manufaa ya nchi.

Wazungu wanayaelewa yote haya vizuri kabisa. Vile vile wanatambua madhila na ukatili waliowafanyia Waafrika siku za nyuma – kama kuwatawala kimabavu, kutumbukiza wazalendo jela burebure, kuwatesa wapinzani wa ukoloni na hata kuwaua. Yaliyopita, kwa leo, yanabaki kama historia, lakini hayawezi kusahaulika.

Hashil Seif Hashil (2017): *Uchu na Utamu wa Kutawala kwa Mabavu (Ruling with an Iron Fist).*

Tuseme Wazungu ni mabingwa wa kuandaa mbinu za kutekeleza wayatakayo. Siku hizi Wazungu wamebuni njama mpya za kuivamia Afrika kwa mlango wa nyuma. Awali, hutafuta watu barani Afrika wanaoweza kuwatumilia, ambao wamejazana barani humo kama siafu. Wasaliti wa Kiafrika wakihongwa pesa kidogo tu midomo yao huwa wazi kama watoto wachanga au vifaranga vya kuku wakisubiri kulishwa. Pili, lengo la Wazungu likishafanikiwa ndipo wanapoanza mazungumzo na wasaliti waliorengwa na kuwaeleza wakitakacho — ikiwa ni suala la biashara au chochote kile chengine. Afrika kuna wasaliti chungu nzima ambao ukishawapa pesa huwa tayari kusabilia kila kitu, hata kuuza nchi. Huu ni msiba mkubwa kwa Afrika ya leo kuwepo wananchi kama hawa.

Jee, itafika siku binadamu kukoma kukandamizana?

Wahenga hunena ya kuwa hakuna kisichowezekana panapokuwepo nia safi na muelekeo mwema. Vitu duniani haviji kwa miujiza, au uganga, bali hujiri binadamu wanapokaa pamoja kitako na kuwasiliana cha kufanya, kwa masilahi ya wote. Bila shaka ulimwengu wa mabavu wakati wake umeshatoweka na kupotea zamani. Hivi sasa tumo kwenye mazingira mapya ya karne ya ishirini na moja ambapo walimwengu, kila kukicha, hushuhudia maendeleo aina kwa aina ya kuimarisha maisha mema.

Tusivunjike moyo kukutana na kubadilishana mawazo, sihasha mawasiliano kama haya huenda yakasababisha suluhu ya

Hashil Seif Hashil (2017): *Uchu na Utamu wa Kutawala kwa Mabavu (Ruling with an Iron Fist)*.

matatizo yaliotukabili bila ya kutarajia. Muhimu ni kuwa wanaowasiliana wawe na nyoyo safi, bila kinyongo, na wajiepushe na tabia ya kufanyiana kinyume ya maafikiano. Tukumbuke kitendo cha kuwasiliana ni muhimu kabisa miongoni mwa wanadamu, kwa sababu bila ya maingiliano ya watu hakuna litakalofanyika kusaidia maendeleo. Lengo letu la kuishi kwenye ulimwengu ulioepukana na tabia ya kukandamizana litafikiwa penye mawasiliano. Kama wasemavyo wananchi wa Kuba: *Venceremos! Aluta continua!*

Nini chanzo cha maafa yanayoripuka duniani?

Hii si mada ya kufanyiwa mzaha au kuelezewa kijuu juu. Mada hii ni ngumu kuichambua. Tukiipigia mbizi kikweli kweli huenda tukaibuka na jawabu mujarabu. Dunia ni kubwa na kila nchi ina ratiba yake maalumu ya utawala. Kwa hivyo, tutaona kunakuwepo mambo mengi yanayohitajia utafiti ulio sahihi kabisa na sio wa kuchupia chupia. Tukichukua mfano wa taifa kama la Marekani – kikawaida nchi hii hujifikiria kuwa wao ndio wababe wa dunia tunayoishi, – yaani jogoo pekee la mtaani. Na hakuna kiumbe asiyeyajua hayo. Fikra kama hii, isiyo ya kawaida, inatambulikana sasa kote ulimwenguni. Sio kama nyakati za nyuma ambapo Marekani walikuwa wakifanya mambo kisirisiri. Siku hizi Marekani huwa inaendeleza sera zake za mabavu kimataifa bila kificho – kama kupindua serikali za mataifa wasizoafikiana nazo kimawazo, kwa lengo la kuweka baadaye vibaraka wa kutumikia masilahi ya Marekani. Vile vile mataifa mengine makubwa, kama Ufaransa, Uingereza, Urusi nazo pia

Hashil Seif Hashil (2017): *Uchu na Utamu wa Kutawala kwa Mabavu (Ruling with an Iron Fist).*

zimedhihirisha wazi sera za ukoloni mamboleo katika kuendesha uhusiano wao wa kimataifa kwenye karne ya ishirini na moja. Nchi nyengine ndogo ndogo zisizotajwa hapa nazo zimeiga tabia na kujiambatisha na sera za sumile sumile kwa kulingana na mabadiliko ya karne ya ishirini na moja.

Kwa mtazamo huo, tunaweza kusema dunia ya leo imekuwa kama chaka kubwa lenye wanyama wakali; na kila mnyama humkhofia mwenziwe asije akamla. Mataifa huwa yanalana na yanajuruhiana siku rudi siku nenda kwa mujibu wa nguvu walizomiliki. Hata hivyo, tusisite kuchambua hali ya mambo ilivyo ulimwenguni ili, angalau, tujipatie jawabu ya chanzo cha mada husika. Kwani utafiti wa kina hautofanikiwa ukiendelezwa haraka haraka. Tukiangaza, mathalan, utaratibu wa utafiti wa magonjwa mbalimbali yaliozuka duniani kama *malaria* - ugonjwa unaosababishwa na mbu wa kike na ulioua mamilioni ya watu chungu nzima – tutaona ilikuwa ni baada ya utafiti wa muda mrefu ndipo wanasayansi walipofanikiwa kuupatia tiba inaoaminika. Ugonjwa mwengine uliozusha maafa na vifo vya mamilioni ya watu duniani ni UKIMWI. Tangu maradhi haya kuripuka, katika miaka ya 1980, wanasayansi wanaohusika na afya ya kimataifa walifanikiwa kupunguza maambukizo ya UKIMWI ulimwenguni baada ya utafiti uliofanyika kwa muda mrefu. Kwa hivyo tutaona katika miaka 2000 ziada maradhi ya UKIMWI si magonjwa yanayotishia, kama ilivyokuwa katika miaka iliopita. Tafiti za kina, zisio za papara papara, ndiyo zilizofanikiwa kusaidia walimwengu kujikinga na UKIMWI na kunusuru maisha ya watu. Wagonjwa wa UKIMWI hivi sasa

Hashil Seif Hashil (2017): *Uchu na Utamu wa Kutawala kwa Mabavu (Ruling with an Iron Fist).*

hulazimika kula, kila siku, dawa za mkorogano. Pindi mgonjwa wa UKIMWI anafata miko na kutumia dawa za kurefusha maisha, huwa na matumaini hakika ya kustarehea maisha ya kawaida. Ninaamini iko siku mada yetu husika nayo itajipatia jawabu fumbuzi.

Suala wanaojiuliza wengi hivi sasa ni nini hasa chanzo cha matatizo kem kem yalioibuka duniani kwenye karne ya ishirini na moja? Tukilenga mada moja inayohangaisha nchi za Arabuni – mada ya ugaidi – tujiulize ilikuwaje magengi haya ya kigaidi kuzuka na kufurutu mipaka ya ubinadamu? Wafuasi wa magengi ya ISIS wana mtindo wa kukamata raia katika nchi kadhaa za Arabuni, kama Syria, Iraq, Yemen na Libya na kuwakata vichwa ati kwa misingi ya dini ya Kiislam. Ukatili wao huu unakwenda kinyume na mafunzo ya UIslam. Ukweli ni kwamba hakuna po pote pale ambapo UIslam umeamrisha watu wauane kihorera na kwa kukatana vichwa! Wafanyayo vitendo hivi viovu ni majambazi tu wa hali ya juu na ni lazima kupigwa vita dhidi yao. Hawa ni magaidi wanaotekeleza sera feki za dini zao za kijambazi wala sio dini ya KiIslam. Tuwe makini kwa hilo.

Chanzo cha misukosuko ilioibuka duniani

Sababu za misukosuko kadha wa kadha kufumka na kujiri duniani ni nyingi, na si rahisi kuzielezea zote kwa mara moja. Ikumbukwe tu mambo hayazuki wala kujiri kwa bahati nasibu. Lazima kunakuwa na chanzo chake au sababu zake. Ifahamike tu kila dola huwa na sera ya kuendesha nchi kwa mujibu wa

Hashil Seif Hashil (2017): *Uchu na Utamu wa Kutawala kwa Mabavu (Ruling with an Iron Fist)*.

utaratibu wa kizalendo. Kwa hivyo kila taifa huwajibika kuandaa urafiki na nchi nyengine, kwa kulingana na sera ilionayo na, hatimaye, kuimarisha uhusiano bora wa kimataifa. Hali hii ndiyo inayoyasaidia mataifa kuendeleza shughuli za biashara baina yao kwa faida ya wote. Hilo halina mjadala hata kidogo. Vile vile mataifa huru huwajibika kupelekeana mabalozi, kwa makusudio ya kuimarisha uhusiano madhubuti baina yao. Mambo mengi hufuata baadaye, kama kubadilishana wanafunzi, wataalamu, wasanii na kadhalika. Kadhia hizi zinasaidia kudumisha uelewano bora na unaofaa miongoni mwa jamii ya kimataifa. Na kila siku zinapopiga hatua kwenye maelewano ndipo nchi huzidi kufaidika kwenye sekta za kibiashara, utamaduni na kadhia nyenginezo za maendeleo.

Ilikuwaje madola yenye nguvu kuwatesa wenziwao?

Hili ni suala muhimu kabisa. Madola yaliojaaliwa nguvu kwa sababu ya ukubwa wa majeshi yao ya majini, majeshi ya nchi kavu na hata yale ya anga huamini hakuna dola nyengine zinazoweza kuwapiku. Hutakabari na kujitutumua kwa kuanzisha ujambazi wa kimataifa wa kuendeleza upelelezi haramu kwenye nchi nyenginezo, wakitumia silaha za kisasa, mathalan, nyambizi za kinuklia. Upelelezi wao ukigundulikana na nchi zinayofanyiwa ujambazi, taifa linalopeleleza hukanya katu katu yaliodhihiri na kudai ni kiini macho. Kitendo chao kinahisabika kama ni ukiukaji wa zile sheria zinazotumiwa kuendesha uhusiano wa kimataifa. Taifa liliovuka mipaka ya sheria za kimataifa hujua kidhati kwamba nchi dhaifu iliofanyiwa

Hashil Seif Hashil (2017): *Uchu na Utamu wa Kutawala kwa Mabavu (Ruling with an Iron Fist)*.

upelelezi haina uwezo wa kijeshi kujihami na uchokozi wa nje. Uonevu kama huu wa madola makubwa dhidi ya mataifa dhaifu ni jambo la kusikitisha.

Nchi ndogo na dhaifu zinazofanyiwa uchokozi na dola kuu zenye majeshi ya kisasa humalizikia kwenda Umoja wa Mataifa kupiga makelele na kulalamika, licha ya kuwa wanajua wazi kabisa taasisi hii ya kimataifa haina uwezo wa kuwabarikia haki. Nchi ndogo zikibahatika, Umoja wa Mataifa hukemea kwenye maazimio yanayopitishwa vikaoni; na mambo humalizikia hapo bila ya kuchukuliwa hatua yo yote ya maana. Mwishowe huwa ni yale yale ya sheria za mwituni - mwenye nguvu kumfanyia unyama asiyekuwa na nguvu. Tuulize jamani uonevu kama huu wa kufanyiana uchokozi wa kimabavu utamalizika lini? Ijapokuwa ulimwengu umejaaliwa chombo cha kimataifa kutatua matatizo ya walimwengu kwa amani — yaani Umoja wa Mataifa - lakini ikiwa anayefanyiwa uonevu huo ni taifa dogo, hakuna matumaini litabarikiwa haki kwenye Umoja wa Mataifa kama inavyostahiki. Hii ndiyo dunia tunayoishi ya kufanyiana unyama, kwa mintarafu ya nguvu ilionayo nchi mwanachama ndani ya Umoja wa Mataifa.

Awali, tuanze uchanganuzi wetu juu ya *Nani wa kulaumiwa kwa maovu yaliofumka dunian, namna maovu yanavyoweza kuzuka duniani?* Pili, nani anayeyasababisha? Hapa inafaa tuelewe wazi kabisa kwamba maovu hayachipuki wenyewe, kama uyoga wa mwituni. Kwenye mazingira ya kimataifa, uovu huletwa na binadamu wenyewe kwa sababu mbalimbali.

Hashil Seif Hashil (2017): *Uchu na Utamu wa Kutawala kwa Mabavu (Ruling with an Iron Fist).*

Tuzingatie mfano wa maharamia – pale wanapoamua kuiba benki, na ikasadifu katokea mtu atakayejaribu kukabiliana nawo kuwazuia wasifanye wayatakayo, majambazi humuua. Maharamia huwa wamenyimwa utu, na kuua kwao ni jambo la kawaida kabisa, kama kufumba na kufumbua. Tunaishi kwenye ulimwengu ambao kuna kila namna ya viumbe, wazuri na wabaya hali kadhalika. Unapokutana na mtu huwezi kumtambua kwa sura kama ni mtu mwema au muovu. Kwa sababu nyuso za mwanadamu hazikuandikwa viumbe wakoje. Kwa hivyo, ukiwa uko njiani, uko benki au hata kwenye basi, uovu huweza ukakuhujumu dhidi yako bila ya kutarajia. Vile vile tusisahau kuna wanadamu waliochoshwa na hali ya maisha walionayo kwa sababu wanazozijua wenyewe. Hawa ndio kundi la viumbe wanaoripua wenziwao kwa mabomu ya kujitoa mhanga au kwa kuwatandika risasi kihorera burebure.

Kusema kweli tunaishi kwenye mazingira ya ulimwengu usiofahamika. Waovu wamesambaa kwenye kila pembe ya dunia, na ni vigumu kuwatanbua. Maisha ya karne ya ishirini na moja ni maisha magumu na yaliokosa utulivu. Raha ya nafsi itapatikana wapi wakati hujuwi lini utaripuliwa? Unapotoka nyumbani kwako kwenda kazini, au popote pale, hakuna uhakika kama baadaye utarejea nyumbani kwako salama. Watoto wanapoondoka majumbani asubuhi kwenda skuli kusoma, nawo hawana uhakika kama watarejea majumbani mwao salama. Hali hii huwaletea wazee wasiwasi, na kutokwa raha na furaha mpaka pale watoto wanaporejea majumbani kutoka maskuli.

Hashil Seif Hashil (2017): *Uchu na Utamu wa Kutawala kwa Mabavu (Ruling with an Iron Fist)*.

Kitu gani huwazuilia nchi za Kiafrika maendelo?

Kuna mambo mengi yanayosababisha nchi za Afrika kutoendelea. Kwa kueleza machache hapa ndipo tutaweza kuona kwa nini mambo yakawa kama yalivyo hivi sasa barani Afrika. Tatizo kubwa liliokabili mataifa ya Kiafrika ni ile tabia ya kutegemea ruzuku za wafadhili wa kigeni, kwa matarajio msaada huo utawasaidia kwenye harakati na mipango yao ya utawala na maendeleo. Kwa hivyo, nchi inapofikia kiwango kama hiki cha omba omba, na kutegemea misaada ya nchi nyengine, ndiyo huwa vigumu kwao kupiga hatua za maana kimaendeleo.

Muhimu nchi ni lazima, awali, ijitegemee kwa uwezo walionao wenyewe wa kizalendo, na siyo kungojea kufadhiliwa na watu wengine kuwasaidia kwenye huduma za utawala na maendeleo ya jamii. Kwani nchi za wenzetu zilizokuwa zimeshaendelea kiufundi na kitamaduni hazikusinzia, bali walianza kwa kupiga vifua, kwa kujitegemea kitaifa, bila ya omba omba ya nchi za kigeni na ndipo walipofanikiwa kujinyanyua kiuchumi na kijamii.

Ikiwa Afrika itajaaliwa kufuata nyao za nchi za Ulaya, uwezekano upo mkubwa kwa bara letu kupiga hatua za kimaendeleo kwa natija ya raia zake. Inataka lazima Waafrika wajizatiti na kuelewa kwamba wanaweza kufanya wakitakacho, kusukuma mbele maendeleo yao, pindi wakitia nia kuyatekeleza kwa nidhamu tunayoisailia hapa. Hakuna kitu kibaya kama binadamu kusema "haiwezekani". Akishaamini hivyo, huwa ameshajikata miguu na huwa vigumu kufanya kitu. Tusisahau hakuna kisichowezekana kufanyika na mwanadamu, pindipo

Hashil Seif Hashil (2017): *Uchu na Utamu wa Kutawala kwa Mabavu (Ruling with an Iron Fist).*

anajizatiti na kupiga ngumi kifua kutekeleza analolipangia moyoni mwake. Atashuhudia maajabu yanatokea bila mwenyewe kujua yameanzia wapi.

Kwa hivyo, tuseme tamaa kubwa ipo kwa nchi za Afrika kuendelea katika siku za usoni, pindipo viongozi watajaribu kufuata nyoyo zinavyowatuma na, hatimaye, kunyanyua nchi zao kwenye fani mbalimbali za kuimarisha maisha bora. Ikiwa wenzetu wa bara nyenginezo wamefuzu kufanya maajabu kwenye nchi zao, hasa katika maeneo ya Bara la Asia, kwa nini Afrika washindwe?

Harakati za kudai uhuru ziliposhamiri Afrika

Hapa tuanze kwa kukumbushana kwamba siasa za kupigania uhuru zilipoanza Afrika, kwa ujumla, na hususan katika Visiwa vya Zanzibar, hazikuwa za amani hata kidogo. Siasa za wakati huo zilipambwa na matusi na kila aina ya uhasama miongoni mwa raia. Ilifika wakati hata watu walikwepa kuendeana mazikoni, au wakikutana njiani hushindwa kusalimiana. Hapo tena ndipo ilikuwa pata mpatae. Makundi kadhaa ya kizalendo yaliamua kuunda vyama vya siasa na pia kutayarisha sera za chama. Maduhumuni hasa yalikuwa ni kuupatia umma uamuzi wa kuchagua chama cha kuungwa mkono wakati uchaguzi utakapowasilishwa nchini.

Hizo ndizo zilizokuwa siasa za Afrika zilizofura uhasama na uadui mkubwa baina ya wazalendo wa nchi moja, waliokuwa wakiishi pamoja kwa udugu miaka nenda miaka rudi. Siasa za uhuru zilipoanza kushamiri ziliwagawa wananchi na wakawa wananuniana. Siasa za Afrika zilikuwa za matusi tena ya kuvuana nguo. Inasikitisha kabisa, lakini hivyo ndivyo mambo yalivyokuwa. Kwa upande wa watawala wakoloni, walifurahi kuona wazalendo wanahasimiana, hali iliowafanya wadai ya kuwa wazalendo wa makoloni bado hawajakuwa tayari kujitawala wenyewe. Wakoloni ni mahodari siku zote kuzusha visingizio vya kimasilahi dhidi ya watawaliwa.

Njama za watawala wakoloni zilikuwa vigumu kufahamika. Wakati wa harakati za kudai uhuru kwenye makoloni zilipoanza wakoloni walikuwa na desturi ya kuchochea wazalendo, kisirisiri, ili wahasimiane na kupapurana kwa sababu za kisiasa. Baada ya hapo wakoloni ndipo walijipatia fursa ya kuchonga midomo yao na kudai umma ulikuwa haupo tayari kupokea uhuru. Bila shaka mbinu zao wakoloni zilikuwa za kijambazi.

Vijana ndio tumaini kubwa la mabadiliko

Vijana ndio tumaini kubwa la mabadiliko kwenye mataifa ya Afrika. Kwani vijana wao ni kama mithili ya kampasi au dira ilivyo kwenye manowari. Muhimu kwa wao kutambua jukumu asilia lao kwenye nchi waliyozaliwa. Kwani bila ya michango ya vijana kwenye mikakati ya maendeleo, nchi itakuwa vigumu kupiga hatua zenye maana. Lazima vijana kutambua ukweli huu kama wanavyoyajuwa majina yao. Aidha wafahamu jukumu walioachiwa ni kubwa na umma unawaangalia kwa macho

Hashil Seif Hashil (2017): *Uchu na Utamu wa Kutawala kwa Mabavu (Ruling with an Iron Fist).*

makali. Wasifanye utani inapojiri kwamba matumaini ya umma, kwa ujumla, yako mikononi mwao. Hii ni hishima adhimu waliokabidhiwa na umma. Basi nawafunge njuga ili kufikia lengo la uongozi wa nyakati zijazo kama inavyopaswa.

Vijana watahitajika kutumia ujuzi wao na uzoefu wao wa kitaaluma ili kuhudumia baadaye nchi zao kwenye kila fani – fani za uchumi, utamaduni, jamii na mengi mengineyo. Vile vile vijana wanatakiwa wapatiwe fursa ya kusafiri nchi za nje kujifunza yalio mapya na kuyatumia wanaporejea nchini kwa masilahi ya umma.

Vijana ni sawa na uti wa mgongo wa taifa. Wasifanye mzaha na haya. Umma unawatupia macho ya rehema wao na ni matumaini watafanikiwa kuzijenga nchi zao kama inavyostahiki na kuzifanya pepo za dunia. Wazisuke nchi zao vilivyo ili ziwe za kupigiwa mfano na kuruhusu mataifa mengine kujifunza kwao jinsi maendeleo yalivyopatikana kwa muda mfupi kabisa.

Mpaka lini dola za Magharibi zitalinda viongozi madikteta?

Viongozi madikteta duniani hawawezi kuendelea kutawala bila ya msaada wa madola ya magharibi. Huu ni ukweli usio dosari. Kwa kawaida mataifa ya magharibi yanawapenda viongozi madikteta wa mataifa yanayoendelea. Kwa sababu huwa wanawatumilia katika mikakati yao ya kimasilahi. Huwa mfano wa "kisu cha kisomali" - chenye makali za pande mbili. Makundi haya mawili hutegemeana katika juhudi za kutekeleza maovu ya kinyama ulimwenguni. La kuuliza ni kwa nini madola ya magharibi yanashirikiana na madikteta?

Jawabu — awali, madikteta wanaweza kutumiliwa kwa urahisi na madola ya Magharibi. Pili, madikteta huwa wamenyimwa imani kuhusu masilahi ya nchi zao na wananchi wanaowatawala kwa mabavu. Wamesalim amri kukidhi mahitaji ya mabwana zao wa nje dhidi ya wazalendo. Ikiwa viongozi wenyewe ndio kama hawa, huoni kama tunaishi kwenye dunia ya ajabu kabisa?

Viongozi madikteta ni vibaraka tu wanaotumiliwa na mataifa au makundi yanayowadhibtiti. Ni hatari kubwa kwa taifa kuwa na watu kama hawa nchini. Ni vigumu kuzichunguza akili zao namna zinavyofanya kazi. Huwezi kuwatofautisha na wanyama maana wako kwenye rika ya namna moja. Huwaje viumbe kama hawa, waliokosa hisia za kiutu, kuwepo duniani?

Umuhimu wa katiba za kizalendo

Hapa nafungua uchambuzi wangu kwa kusisitiza juu ya umuhimu wa taifa kuwa na katiba ya kizalendo, itakayowasilisha matumaini ya kila raia, bila ya ubaguzi. Katiba ni kama mnara wenye kuongoza meli kuingia bandarini na kufunga gati kwa salama. Bila ya nchi kuwa na katiba, huwa kama kishada kilichokata kamba; huruka angani bila ya kujua kinakoelekea. Kwa sababu katiba ndiyo waraka unaobainisha sharia ya utawala halali pamoja na haki za wote nchini.

Hashil Seif Hashil (2017): *Uchu na Utamu wa Kutawala kwa Mabavu (Ruling with an Iron Fist).*

Katiba ya taifa hujumuisha vipengee chungu nzima ndani yake, pamoja na vifungu tofauti vyenye kufafanua haki za raia kwenye nchi wanayoishi. Hilo ni muhimu. Kuandika katiba si jambo rahisi hata kidogo. Kunahitajika wataalamu wa hali ya juu kabisa kuandika sheria ya katiba ya nchi. Kila taifa hulazimika iwe na katiba. Kwa sababu katiba ndiyo warka unaotafsiri kisheria mahitaji na haki halali za kila mwananchi. Ni muhimu kwa raia kuuhishimu warka huu wa taifa na kuulinda kama ilivyo mali ya asili. Kwa hivyo wananchi wanawajibika kujivunia na katiba yao inayoakisi uongozi bora wa utawala. Bila ya katiba nchi huwa kama g`ombe lililokata kamba na kuvamia mashamba ya watu na kuharibu mazao.

Mbinu za kutumia watoto wadogo kuripua mabomu

Kila siku zinapopiga hatua walimwengu hushuhudia kuchipuka vituko mbalimbali ambavyo huko nyuma vilikuwa havipo. Kwenye nyakati za sasa hivi magengi ya Daesh/ISIS yamezusha vitimbi viovu vya kuwatumia vijana wadogo wanaojiripua na mabomu ya kujitoa mhanga, na kusababisha vifo vya watu wasio hatia chungu nzima. Huu ni unyama wa hali ya juu kabisa. Vijana hawa umri wao huwa hauzidi miaka kumi au kumi na mbili hivi, umri ambao huwanyima uwezo wa kupima mambo. Huwa wanatekeleza wanavyoamrishwa bila kutambua athari za vitendo vyao.

Ikiwa ulimwengu tulionao ni kama huu basi sijuwi huko tunakoelekea kutakuwa vipi. Hawa ISIS ni majambazi wanaoua

Hashil Seif Hashil (2017): *Uchu na Utamu wa Kutawala kwa Mabavu (Ruling with an Iron Fist).*

wenziwao kwa kutumia jina la dini ya KiIslam. Hawa si binadamu bali ni sawa na mafisi.

Suala la kutoa roho ya mwanadamu kwa kuripua mabomu ya kujitoa mhanga ni kitendo cha kijambazi kiliokosa maadili ya kiutu, na ni vigumu hata kuelezeka. Wanaofanya hivyo wamesita kuwa binadamu. Ama kweli dunia ya leo imebadilika. Watu wanauana kama wanavyochinja kuku! Hapa tulipofika sijui kama kuna uwezekano wa kurejea nyuma tutokako. Kila siku zikisonga mbele tunaona hali kuwa mbaya zaidi. Lililobaki ni kuashiria maovu na mabaya kwa siku zijazo.

Vurumai na mazonge tunayoishi nayo hayafahamiki

Dunia tunayoishi nyakati za sasa hakika mambo yake ni magumu kufahamika. Vile vile si rahisi kupata tuseme 'ufunguo wa uchawi' utakaotusaidia labda kupata jawabu mujarabu ya kuelewa mambo na kuyapatia suluhu inayofaa. Hasa hawa majambazi magaidi na wauaji walichipukia kutoka sayari gani? Sifikiri hawa wahalifu wameteremka duniani kutoka mbiguni. Sijapata hata siku mmoja kusikia nasaba ya mwanadamu alioshuka kutoka angani! Hawa wametoka hapa hapa duniani tulipo. Falsafa ya kuwafanyia wenziwao unyama haijulikani waliipatia wapi, na haijulikani kwa nini wakawa wanafanya hivyo? Labda kuna mambo yaliowakereketa maishani mwao, au huwa wameshachoka na maisha. Kutokana na hali hii ndipo wanapojiamulia kulipa kisasi kwa kuwaripua wenziwao. Hata

Hashil Seif Hashil (2017): *Uchu na Utamu wa Kutawala kwa Mabavu (Ruling with an Iron Fist).*

hivyo, ni vigumu kuingia kwenye vichwa vyao na kuwasoma walivyo na kufahamu matatizo yanayowasumbua. Tuandikayo ni kwa kukisia tu, kwani huenda ikawa hivi au vile. Ukweli hasa wanaoujua ni wao wenyewe.

Vigumu kuweza kumfahmu mwanadamu namna anavyofikiri na kutabiri mambo anayoyafanya siku za baadaye. Asaa huenda siku za mbele, kwa utaalamu wa teknolojia, tutaweza kupata jawabu la kadhia hii. Tumenasihiwa ya kuwa hakuna jambo lisilofahamika au kukosa ufumbuzi ulimwenguni. Kwa hivyo tusisite kutafakaria uwezekano wa kuendeleza utafiti wa mada husika, na huenda siku moja tutapoamka asubuhi labda tutapata jawabu la suala letu. Yote haya ambayo tunayoyaona kwenye ulimwengu wetu hayakuchipuka wenyewe tu, bali watu walipiga mbizi kubwa za kitaaluma na ndipo baadaye walipofuzu kupata suluhu ya matatizo yaliowakabili.

Tusivunjike moyo kirahisi juu ya uwezekano wa kuyapatia suluhu matatizo tuliokabiliwa nayo kwa sasa. Tuwe tunaendelea, kila tupatapo nafasi, kuchambua kipamoja yale ambayo bado hayajatafutiwa ufumbuzi. Ikumbukwe kila tunapokuwa wengi ndipo mawazo yanaponoga, kwani kichwa kimoja si kama vichwa vingi. Kama msemo wa Kirusi unavyoeleza: "Vichwa vingi lazima pia vina mengi!" Wako binadamu wenye tabia ya kusikitika na kuvunjika moyo pale wanapojaribu kutafuta kitu na kutokipata. Wazo kama hilo tusiwe nalo hata kidogo kwenye vichwa vyetu. Kwa sababu sumu yake ni kali kuliko hata sumu ya nyoka chatu. Mafanikio yote yale yanayoshuhudiwa

Hashil Seif Hashil (2017): *Uchu na Utamu wa Kutawala kwa Mabavu (Ruling with an Iron Fist).*

ulimwenguni kwa sasa hayakupatikana kwa urahisi. Yalipatikana pale watafiti walipojizatiti kikweli, na kwa ushirikiano wa mawazo na wenzi wao, ndipo walipofanikiwa kuvuna matunda ya juhudi zao.

Tutawezaje kudhibiti madikteta wasite kutesa wananchi?

Kila mmoja wetu anaweza kuchangia kwenye mada husika, hasa ilivyokuwa madikteta wako wengi na wametawanyika takriban kwenye kila kona ya dunia. Ni wajibu wetu kusimama kidete, na pia kwa sauti moja, kuwang'oa madarakani hawa wahalifu wanaozifisidi kikatili nchi. Hawa si viumbe wakuuweko kwenye ardhi yoyote ile. Lazima wango'lewe kwenye madaraka, leo kabla ya kesho, kama tung'oavyo ndago makondeni.

Madikteta ni kama viwavi waliotuganda kwenye miili yetu, na kutuwasha kama vile upupu. Kwa hivyo tujiulize, jee majambazi hawa hivyo kweli wanastahili kuishi kwenye ulimwengu wetu? Wamekaa kama majoka yenye sumu kali. Wakipatikana hakuna kufanya mazungumzo nao bali ni kuwakamata, kuwatesa na mwishowe kuwaua. Hawa ni watu makatili, na katili anapopatikana isiwepo huruma ya aina yo yote, bali ni kumtesa na kumuua. Ukweli wa mambo ni mwanadamu anapokutana na nyoka wa sumu humuua huyo nyoka kwa gongo. Kumbuka bila ya kufanya hivyo, nyoka akikupata utaona cha 'mtema kuni'.

Atakutafuna na sumu yake na kukuua papo hapo. Tusifanye mzaha wala utani tunapopambana na majambazi. Inakuwa ni kuishi au kupona. Wakitupata hutuua, tena kwa kutukata vichwa. Kwa hivyo, wanapokamatwa majambazi nasi tunawajibika kuwaua bila ya huruma. Utamuoneaje huruma jambazi? Ukifanya hivyo, ndani ya moyo wake atakuwa anakucheka kwa kejeli, na kukufikiria ni mpumbavu. Hivi ndivyo akili za hawa wahalifu zinavyofanya kazi.

Kwa upande wetu, tukitaka tusitake lazima tubadilike kimawazo. Kama kuna baadhi yetu bado wanahuruma na hawa wahalifu basi bora wabakie nyumbani wahalifu wanaposakwa. Hivyo hawajuwi hawa majambazi wanapowakamata watu huwawakata vichwa vyao kwa visu vikali bila ya huruma ye yote. Leo iweje wanapokamatwa majambazi waonewe huruma? Lazima nasi kwa upande wetu tujifanyie mapinduzi ya fikra dhidi ya wahalifu wote waliopo nchini. Kwa kufanya hivyo huenda ikasaidia kuwakomesha majambazi kufanya uhalifu wa kikatili kwa wananchi. Dunia ya leo imenyimwa utulivu, usalama au amani aina yoyote ile. Hakuna asiyeyajua haya. Unaweza kujikuta popote pale na mara kukatwa kichwa. Ni ulimwengu uliotanda kiwingu kinene ambapo wakati wowote ule kunaweza kuzuka maafa na vurugu bila ya kutarajia.

Wakoloni na madikteta waliotawala Afrika na kwingineko

Watawala wa makoloni na madikteta ni wengi duniani. Hapa tutataja orodha fupi ya watawala maarufu na athari za mavamizi yao ya kimabavu kwenye nchi nje ya watokako. Ni kama ifuatavyo: Mwingereza, Mfaransa, Mhispania, Mreno, Mjarumani, Mbeljiki na Mrusi.

Kikawaida, ni muhimu kutambua kwamba kila mtawala wa kigeni anapotawala nchi yoyote ile duniani, huandaa njama na mbinu maalumu za kumwezesha kuendesha utawala wake kwa utulivu. Vigumu kufananisha mtawala mmoja na mwengine; kwa sababu watawala wanatofautiana. Kwa mujibu wa tafiti za kina, zilizoendelezwa kuchanganua taratibu za watawala wakoloni, imeonekana baadhi ya wakoloni walikuwa wakitawala nchi za wenziwao kwa mabavu na unyama wa makusudi, wa hali ya juu kabisa. Aidha watawala wengine walikuwa hawatumii nguvu na mabavu kwenye shughuli za utawala ndani ya makoloni yao.

Kwa mfano, utawala wa Muingereza kwenye makoloni ya Afrika haukuwa wa kishenzi tukilinganisha na watawala wengine kutoka Ulaya. Utawala wa Muingereza ulikuwa hauna tabia ya kukandamiza wananchi. Hata hivyo, isieleweke hapa kuwa nasema Muingereza alikuwa hakamati raia wa makoloni au kuwatia vizuizini kwa kutumia sheria zake. Hilo akilifanya. Vile vile Mkoloni Muingereza mengine ya ufisadi pia akiyafanya, mathalan kutoa elimu kwa resheni.

Kwa upande mwengine tukiangaza utawala wa Mreno katika Afrika, tutaona ulikuwa ukoloni katili mno na hakuna asiyeutambua unyama wake. Mreno alikuwa akitesa wananchi kwa kiwango kilichofurutu ada, na vigumu hata kuelezeka. Alikuwa na desturi ya kutumbukiza wazalendo makorokoroni na

Hashil Seif Hashil (2017): *Uchu na Utamu wa Kutawala kwa Mabavu (Ruling with an Iron Fist).*

majela kwa wingi, na kuwafanyia uharamia wa kila aina. Vile vile mkoloni Mreno alikuwa hata akiwatundukiza watu kichwa chini miguu juu.

Mlingano huu wa utawala kati ya Muingereza na Mreno unabainisha dhahiri tofauti ziliojiri kwenye taratibu za utawala baina ya wakoloni barani Afrika. Kila mtawala alikuwa akiendesha nchi kwa kuambatana na mbinu, matakwa na masilahi yake ya kitaifa. Ijapokuwa wote walikuwa ni watawala wakoloni lakini kila mmoja wao aliendeleza taratibu zake za kipekee za kutawala.

Vikosi vya mabavu vya ulinzi vya polisi na jeshi

Madikteta walikuwa mahodari wa kuimarisha na kusuka vikosi vyao vya ulinzi, ikijumuisha polisi na jeshi. Walikuwa wakifanya kila wawezavyo kuhakikisha vikosi hivyo viko madhubuti kupambana na uhalifu au upinzani wowote utakozuka nchini wakati wao wanatawala. Kwa mfano pakifumka fujo nchini vikosi hivyo viwili humwagwa uwanjani kupambana na wazalendo waletao fujo. Hapo ndipo wakoloni wanapojipatia fursa ya kubainisha wazi nguvu zao, kutunza mamlaka walionayo. Huwa hawana huruma na hupiga na kutesa watu ovyo ovyo kwa kutumia nguvu zote walizonazo. Wakati huo ifahamike wakoloni huwa hawana utani, na nadra kuonekana kucheka. Nyuso zao hujaa ghadhabu kama mnyama aliyejeruhiwa.

Hashil Seif Hashil (2017): *Uchu na Utamu wa Kutawala kwa Mabavu (Ruling with an Iron Fist).*

Chunguzeni unyama wa madikteta na namna wanavyowaandalia vikosi vyao vya ulinzi ratiba ya mafunzo ya kipekee kabisa dhidi ya ubinadamu. Kwani huwa si mafunzo yanayolingana au kufuata haki za kiutu. Mafunzo yao huwa na lengo moja tu, nalo ni kutesa na kuwadhibiti wananchi wapinzani wa ukoloni. Kwa hivyo, madikteta si watu wa kufanyiwa utani, kwa sababu ya maumbile yao ya kikatili yaliovuka mipaka. Linaloshangaza hapa ni kwamba huwajee mwanadamu akawa maishani mwake hana la kufikiri isipokuwa kuibuka na mbinu mpya mpya za kutesa watu!? Wanapokuwa kwenye vikao vyao vya vya siri huwa hapazungumzwi cha maana cha kunyanyua hali za wananchi wanaowatawala, au kunyanyua uchumi wa nchi, bali huwa wanasailia taratibu za kukandamiza wananchi wanaowatawala basi.

Sijui vipi majambazi hawa huweza kupata usingizi wa salama. Kwa mujibu wa fafanuzi za tiba ya ugonjwa wa akili, majambazi tunaowazungumzia, wanapolala usiku huwa wanapata ndoto za kiajabu ajabu, kama vile kufukuzwa na wanyama mwitu wakali, au wakati mwengine hujikuta wakimezwa wazima wazima na majoka makubwa hatari, kama machatu! Hata hivyo, juu ya yote hayo yanayowatokea hawasiti kuendeleza unyama wao dhidi ya wananchi wanaowatawala. Kwa wale wenye wake, tumearifiwa na wataalamu wa tiba ya akili, huwa wanalalamika waume zao huwa wanakosa usingizi wa utulivu, na huamka mara kwa mara usiku wakipiga makelele wakati wamo kwenye majinamizi.

Hashil Seif Hashil (2017): *Uchu na Utamu wa Kutawala kwa Mabavu (Ruling with an Iron Fist).*

Visiwa vya Zanzibar kutawaliwa na Mreno

Historia ya Visiwa vya Zanzibar, yaani Visiwa vya Unguja na Pemba, inaeleza kwamba vilivamiwa na maharamia wa Kireno kutoka Ulaya mwisho wa karne ya kumi na sita (1500). Baada ya Wareno kuviteka visiwa hivi ndipo walipoanzisha vitimbi vyao vya kinyama na kidhalimu vya kutesa burebure wananchi waliowateka. Inasikitisha kuwa watawala hawa wa Kireno walitoka watokako, na kuamua kuvipokonya Visiwa vya Unguja na Pemba mamlaka yao halali. Baada ya mavamizi Wareno waliendeleza jeuri ya kuvitawala, kwa muda mrefu, visiwa hivi pamoja na kujieneza kwenye eneo kubwa la mwambao wa Afrika Mashariki, na kuimarisha ukhabithi uliozusha hali mbaya kabisa kwa wenyeji.

Wananchi wa Visiwa vya Zanzibar walipoanza kuchoka na utawala haramu wa Mreno, ndipo wazee wazalendo walipoamua kufunga safari, kwa majahazi ya matanga, na kuelekea Ufalme wa Oman kuomba msaada wa kumtoa Mreno nchini mwao. Waliyafanya haya baada ya taarifa ziliotapakaa wakati huo juu ya namna Waomani walivyoshinda kumng'oa Mreno nchini Oman. Waomani hawakukasiri ombi la wazee wa Visiwani Zanzibar na walilipokea kwa mikono miwili. Kufuatia hapo Waomani waliandaa safari ya kuja Visiwani na majeshi ili kumtimua Mreno. Baada ya Mreno kushindwa na kutimuliwa kutoka mwambao wa Afrika Mashariki na Waarabu wa Oman katika miaka ya 1700, ndipo wazee walipowaomba wafadhili Waomani wasalie Visiwani Zanzibar, kwa vile walifuzu kuwasaidia

Hashil Seif Hashil (2017): *Uchu na Utamu wa Kutawala kwa Mabavu (Ruling with an Iron Fist).*

kumng'oa Mreno. Wakoloni wa Ureno walitokomea Msumbiji walipokuwa na maskani kabla baada ya Mreno kutimuliwa Unguja na Pemba.

Utawala wa Mreno katika pwani ya Afrika Mashariki uliwacha athari zake mbalimbali. Moja ya athari walizoachia visiwani huonekana kwenye lugha ya Kiswahili, ambayo ilijumuisha maneno kadhaa ya Kireno. Miongoni mwa maneno ya Kireno katika Kiswahili ni kama yafuatayo – meza, kasha, bendera na hata punyeto.

Vile vile Wareno waliwasilisha Visiwani Zanzibar, jambo ambalo halitosahaulika, yaani mchezo wa kupiga ngea na ng'ombe. Mchezo huu hadi hivi leo unaendelea kuchezwa na wenyeji wa visiwani, hususan kwenye kisiwa cha Pemba.

Ya hapa na pale ya ukoloni Visiwani Zanzibar

Mnamo 1890 ilitangazwa ilani na Dola la Uingereza kuthibitisha kwamba Visiwa vya Zanzibar viliingizwa rasmi chini ya himaya na ulinzi wa Waingereza. Baada ya karibu miaka 70 ya utawala Visiwa vya Zanzibar vilipata uhuru kutoka Muingereza mnamo tarehe 10 Disemba 1963. Mwezi mmoja tu baada ya Zanzibar kupata uhuru wake palitokea mapinduzi yaliosababisha mauaji ya kikatli ya idadi kubwa ya Waarabu na Wahindi wenyeji wa Visiwani. Baadhi ya Wahindi na Waarabu walionusurika maisha walifukuzwa nchi na wengine walihamia ughaibuni kwa hiyari. Hivi ndivyo hali ilivyokuwa Visiwani kufuatia mapinduzi ya

Hashil Seif Hashil (2017): *Uchu na Utamu wa Kutawala kwa Mabavu (Ruling with an Iron Fist).*

1964.

Hapa ni muhimu kutambua ya kuwa Waomani waliokuja Visiwani Zanzibar kumtoa Mreno hawakutokana na koo ya Mabusaidi wanaotawala Oman hivi sasa, kama inavyodaiwa na kung'ang'aniwa na wanahistoria feki. Waliomng'oa Mreno, kusema kweli, walihusiana na wafuasi wa Imam aliyeitwa Sultan bin Seif wa madhehebu ya Ibadhi. Ulikuwa utawala wa kinasaba. Walipokuja Visiwani Mabusaidi ilikuwa kila kitu kimeshamalizika na wakabaki kutawala tu. Kwani wengi hufikiria utawala wa Oman wa hivi leo ndio uliomtimua Mreno. Hilo si sahihi hata kidogo.

Kuhusu wenyeji asilia wa Visiwani Zanzibar, wanahistoria wamethibitisha kwamba walikuwa ni Wahadimu na Watumbatu wanaotokana na jamii za kibantu na waliochanganyika na watu kutoka sehemu mbalimbali za Bahari Hindi, hasa phwani ya Iran, ndiyo maana wengi wao walijitambulisha kuwa ni Washirazi.

Vile vile wanahistoria wanasema Waajemi na Waarabu walikuwa wakija kwa majahazi Afrika Mashariki kufanya biashara kwa muda wa maelfu ya miaka. Ushahidi ulithibitishwa na mabaki yaliokusanywa ya vifaa vya udongo ufinyazi vya miaka ya 2500-2400 BC. Wafanya biashara hawa walitokea Arabia, hasa eneo la Yemen na pia kwenye Ghuba ya Uajemi, hususan jimbo la Shirazy. Walikuwa wakitumia majahazi yalioendeshwa na pepo za majira katika Bahari ya Hindi. Wageni hawa waliamua kufanya maskani katika pwani ya Afrika Mashariki, ikijumuisha

Hashil Seif Hashil (2017): *Uchu na Utamu wa Kutawala kwa Mabavu (Ruling with an Iron Fist)*.

KiIwa, Lamu na Visiwa vya Zanzibar. Walijenga misikiti na miji kadha wa kadha kwenye makaazi yao mapya.

Miongoni mwa majenzi ya historia Visiwani Zanzibar ni Ng´ome Kongwe. Ilijengwa na Waomani baina ya miaka ya 1698-1701. Madhumuni ya jengo hili hasa ilikuwa ni kujihami na mashambulio ya Wareno. Mnamo mwaka 1698, baada ya Wareno kutimuliwa Afrika Mashariki, Waarabu wa Oman walianzisha polepole utawala wao kwenye Visiwa vya Zanzibar na kuvijumuisha kama ni sehemu ya himaya ya Sultan wa Oman. Kadhalika Waomani waliamua kutanua uchumi wa visiwani kwa kupandisha mikarafuu kwa wingi.

Kilele cha utawala wa Kiarabu Visiwani Zanzibar ilikuwa ni wakati wa enzi ya Seyyid Said bin Sultan Al-Busaid. Vile vile Seyyid Said alishika kiti cha ufalme wa Oman. Mnamo 1832 Seyyid Said alihamisha makao makuu ya utawala wake kutoka Muscat, Oman na kuyaleta Zanzibar. Seyyid Said alivutiwa na rutba ya ardhi ya Visiwani na kuamua kufanya kilimo kuwa chanzo cha kuimarisha uchumi wa nchi. Kwa hivyo aliwahamasisha wale Waarabu mabwanyenye waliofanya maskani Visiwani kuendeleza kwa wingi kilimo cha karafuu.

Baada ya kifo cha Seyyid Said mwezi Oktoba 1856 watoto wake wakahasimiana katika kuwania urithi wa madaraka. Kwa hivyo utawala wake uligawika sehemu mbili badala ya kuwa himaya moja. Sehemu ya Visiwani Zanzibar ikawa na Sultani wake mwenyewe na Muscat, Oman hali kadhalika ikawa inatawaliwa na Sultani mwengine, wote wakiwa vizazi vya Seyyid Said bin Sultan. [[[[Sayyid bin Said Al-Busaidi (1834/5 1870) mtoto wake wa sita akawa ni Mfalme wa Zanzibar, wakati mtoto wake wa tatu Sayyid Thuwain bin Said Al- Said akawa ni Mfalme wa Oman. Zanzibar ilipata uhuru wake kutoka kwa Muingereza 10 December, 1963 na Sultan Jamshid bin Abdullah akawa ndie mfalme wa mwisho kwani Januwari 12, 1964 yakafanyika Mapinduzi.

Inafaa tukumbuke vile vile kwamba Visiwa vya Zanzibar vilikuwa maarufu kwa mazao ya viungo pamoja na biashara ya watumwa. Inakisiwa kiasi cha watumwa 50,000 walipitia soko la watumwa Zanzibar katika karne ya kumi na tisa. Kwa mujibu wa taarifa za mmishionari wa Kiingereza, Dr. David Livingston aliyekuwa akihubiri Afrika Mashariki, Bara ndani, kwenye miaka ya 1800, naye alidai kwenye maandishi yake ya kuwa kiasi cha Waafrika 80,000 walikufa njiani walipokuwa wanapelekwa Zanzibar kuuzwa kwenye soko la watumwa.

Kadhalika kulikuwepo mfanya biashara mzalendo wa Visiwani Zanzibar anayeitwa Hamed bin Muhammed El Marjebi, au kwa umaarufu Tipu Tip. Inasemekana na baadhi ya wanahistoria wa kimagharibi kwamba Tipu Tip aliposhiriki kwenye biashara ya utumwa kwenye maeneo ya Bara, aliendeleza ukhabithi mkubwa dhidi ya wale watu dhaifu waliokamatwa kuuzwa kwenye soko la watumwa.

Kwa hakika, Tipu aliwanunua watumwa wafanye kazi ya

wapagazi katika misafara yake mikubwa ambayo wakati mwingine ilikuwa na watu 500 au zaidi, na watumwa wengine walikuwa maaskari zake na mafundi. Tipu hakuwauza watumwa wala hawakuwakamata yeye mwenyewe wenyeji wa sehemu za Bara na kuwateka nyara. Mama yake Tipu alikuwa mtoto wa Mfalme wa Kongo, na kwa miaka fulani Tipu alirithi ufalme huo lakini hakujiita Mfalme wala Sultani bali Liwali wa Kongo kumwakilisha Sultani wa Zanzibar kwa vile yeye alikuwa raia wa Zanzibar. Wabeljiki walipokuja kutawala Kongo, wakamfanya Tipu awe Gavana wao kwa muda mfupi mpaka alipoletwa Gavana Mzungu kutoka Ubeljiki. Soma habari zake zote katika kitabu cha Heinrich Brode: *Tippoo Tib – the Story of His Career in Zanzibar & Central Africa* (Arnold, 1907) na *Maisha ya Hamed bin Mohammed el Murjebi yaani Tippu Tip kwa maneno yake mwenyewe* (Tafsiri ya Kiingereza ya Wilfred W. Whiteley, East African Literature Bureau, 1974).

Biashara nyengine iliokuwepo Zanzibar na kuvutia mataifa ya nje ilikuwa ni biashara ya viungo. Viungo vilivyokuwa vikipatikana Zanzibar ndivyo vilivyosababisha meli na majahazi ya mataifa ya kigeni kuzuru visiwani na kufanya biashara ya kubadilishana. Miongoni mwa mataifa yalioshiriki kwenye biashara hii ilikuwa Marekani, ambayo ilifungua ubalozi mdogo Zanzibar katika 1837. Miongoni mwa bidhaa kubwa walioimarisha Marekani wakati huo visiwani ilikuwa ni biashara ya kitambaa cha gwanda, ambacho mpaka leo katika Zaznibar hujulikana kama kitambaa cha "mrekani".

Hashil Seif Hashil (2017): *Uchu na Utamu wa Kutawala kwa Mabavu (Ruling with an Iron Fist).*

Wanahistoria wanasema Waingereza katika miaka ya 1800 walikuwa na hamu kubwa ya kuung'oa utumwa katika mamlaka yote ya Sultan bin Said yaliokuwepo Afrika Mashariki wakati huo. Kwa hivyo katika 1822 Waingereza waliandikiana mkataba na Sultan bin Said, unaojulikana kama "Moresby Treaty" kuzuia kijumla uuzaji na usafirishaji wa watumwa. Hata hivyo biashara ya utumwa haukusita na iliendelea mpaka mwaka 1876.

Tarehe 26 Aprili 1964 iliwasilisha mabadiliko mengine Visiwani Zanzibar. Kwenye tarehe hiyo viongozi wa iliokuwa Tanganyika na wa kutoka Visiwa vya Zanzibar waliafikiana kufanya muungano baina ya nchi zao mbili, bila ya wananchi wao kushauriwa, wala kuulizwa maoni kama wanautaka muungano au vipi. Maafikiano haya ndiyo yaliozalisha Jamhuri ya Muungano wa Tanzania.

Visiwa vya Zanzibar vimepitia mawimbi na mikondo mingi ya tawala mbalimbali za kigeni. Vizazi vya sasa na vijavyo vina majukumu makubwa ya kujifunza historia na kuelewa, kwa kina, watawala wa aina gani waliukuwepo nchini mwao, na pia kujua unyama walioufanya dhidi ya wananchi. Hayo ni muhimu kuyatambua. Bila ya vijana kuelewa historia yao huwa mithili ya manuwari inayosafiri baharini bila ya dira.

Mazingira ya nyakati za nyuma katika uhusiano wa kimataifa yalizongwa na sera za "mwenye nguvu mpishe", yaani dola yenye nguvu ilikuwa ikijifanyia itakavyo bila pingamizi zo zote zile. Zilikuwa nyakati za mabavu patashika. Kulikuwa hakuna

Hashil Seif Hashil (2017): *Uchu na Utamu wa Kutawala kwa Mabavu (Ruling with an Iron Fist)*.

"msalie mtume"; nchi zikivamiwa ovyo na kunyakuliwa mamlaka mchana kweupe! Wananchi walibaki kuomba madua na kutokwa machozi maana hakuna aliyekuja kuwasaidia kuhami mamlaka yao. Siku hizo hazikuwa siku za utani, kwani majambazi na maharamia wa kigeni wakijua kwa uhakika kwamba hakuna atakayethubutu kuibuka na kuzipinga nguvu zao. Walikuwa wametakabari kwa ujambazi wao uliofurutu mipaka.

Mapambano ya Afrika dhidi ya tawala za kibeberu na za kidekteta

Vugu vugu la kupinga ukoloni uliolipamba Bara la Afrika kwa mabavu, liliambatana na mapambano makali ya wananchi dhidi ya wakoloni. Wananchi hawa, kwa upande wao, hawakukubali kamwe kukaa kimya na kutumbua macho tu. Bali walisimama kidete na kupigana na wakoloni kwa nguvu zao zote walizonazo za kizalendo dhidi ya mavamizi ya wageni na utawala wa kikoloni.

Kama inavyofahamika wavamizi wa kigeni kwa kawaida huwa wamekosa imani juu ya hali za wananchi wa makoloni. Huwa wanatekeleza falsafa yao kubwa ya utawala wa mabavu – huwa wakifanya kila wawezavyo kukandamiza wananchi kwa kuwatesa, kuwatumbukiza majela na wengine hata kuwapotezea maisha yao.

Kama ijulikanavyo, mnamo siku za nyuma Bara la Afrika lilipata

Hashil Seif Hashil (2017): *Uchu na Utamu wa Kutawala kwa Mabavu (Ruling with an Iron Fist).*

mkosi mkubwa. Madola yenye nguvu yaliifanya Afrika kama keki, na kuigawa watakavyo wao. Ilikuwa ni kinyanganyiro tena, pata mpatae. Mwenye mabavu ndiye aliyekuwa msitari wa mbele kwenye heka heka ya kuyatekeleza, kinaganaga, anayoyataka yeye kwenye koloni mpya. Kwa bahati mbaya Bara la Afrika lilinyimwa uwezo na nguvu ya kupigana na watawala wavamizi kutoka mataifa ya Ulaya. Ilivyokuwa Bara la Afrika likitegemea zaidi nguvu za umma kupambana na wakoloni, upinzani ulikuwa wa kujitolea muhanga, na wazalendo wingi wa makoloni walipoteza maisha yao kwenye harakati hizi.

Kwanini viongozi wa Kiafrika wanapenda kutumiliwa?

Moja ya jambo linalostaajabisha watu wenye ari, na uzalendo wa Afrika, ni ile tabia ya baadhi ya viongozi wa Kiafrika kuridhia kutumiliwa, kwa urahisi, na madola ya nje dhidi ya masilahi ya umma zao. Kwa nini ikawa ni hivyo? Tuchukulie ni kwa sababu ya pesa au vipi? Ikiwa ni pesa, basi ni hatari kubwa kwani wanaweza hata kuizabuni nchi wanayoishi kwa gharama hafifu kabisa. Viongozi hawa ni mahaini wa nchi, na wananchi, hali kadhalika. Wakijulikana ni kupigwa risasi au kutiwa kitanzi tu, hakuna "msalie mtume", kwani vitendo vyao ni uhaini wa hali ya juu, na kosa la uhaini adhabu yake ni kifo!
Aidha, suala hili la uhaini haliko Afrika peke yake, bali hata katika nchi za Ulaya pia. Lakini kuna kuzidiana na uhaini umeshamiri Zaidi katika Afrika. Tamaa kubwa iliyobaki ya kulivua Bara la Afrika na uovu huu imo mikononi mwa vijana, ambao ndio watakaoshika hatamu za uongozi wa siku zijazo.

Hashil Seif Hashil (2017): *Uchu na Utamu wa Kutawala kwa Mabavu (Ruling with an Iron Fist)*.

Kadhia ya viongozi kutumiliwa ni lazima vijana waifanyie kampeni ya kipeo cha juu kabisa kuifyeka. La si hivyo, nchi zao zitashindwa kuleta maendeleo muhimu yanayohitajika kunyanyua hali za umma zao. Wenzetu wa bara nyinginezo, kila siku zikipiga hatua, tunashuhudia wakiendelea kiuchumi na kijamii, na wakati huo huo Afrika inaonekana ikizorota na kudidimia chini kihali na mali.

La muhimu kwa wananchi wa Bara la Afrika ni kutovunjika moyo, kwani hakuna kisichowezekana kufanyika pindi panakuwepo ushirikiano ulio sahihi na nia safi miongoni mwa wazalendo husika. Jambo la kujiuliza, ikiwa nchi nyengine zimefanikiwa kupiga hatua za maendeleo kwa nini Afrika ishindwe?

Tabia ya viongozi wa Kiafrika kuhamisha pesa zao nchi za nje?

Imedhihirika wazi kabisa mara nyingi kwamba viongozi wa Afrika walikuwa na mtindo wa kuweka pesa zao kwenye benki za nchi za nje licha ya kuwa pesa hizo sio zao, bali ni amana ya umma waliochota kutoka serikalini. Mkumbuke hawa si viongozi wenye hisia na nchi yao. Tunaweza kuwaita majambazi. Na kama tujuwavyo kwa kawaida majambazi si watu wakuaminika hata kidogo. Vipi mwanadamu anaweza kuchota pesa za umma na kuzihamisha kwenye benki za nchi za nje kuziweka kama ni amana yake? Mwanadamu anayeweza kufanya wizi kama huu ni vigumu kumpatia jina la kumpa. Husita kuwa

Hashil Seif Hashil (2017): *Uchu na Utamu wa Kutawala kwa Mabavu (Ruling with an Iron Fist).*

binadamu wa kawaida. Akijuwacho inaonyesha ni ufisadi tu dhidi ya nchi. Kiumbe mwenye tabia hii ya wizi wa umma ni hatari kumkaribia. Anaweza hata kukuua. Imani inakuwa hana, haya anakuwa zimempiga chenga kwenye kamusi lake la kimaisha. Aidha huwa hana huruma. Ukikumbana naye huwa na tabia ya kucheka cheka ovyo, kicheko cha kinafiki. Mara tu ukishampa mgongo, huku nyuma huanza kukusema na kukusengenya. Watu wanafiki kama hawa ni donda ndugu kwa taifa. Tatizo kubwa liliopo ni kwamba sio kila mtu amejaaliwa uwezo wa kuwatambua madhalimu hawa.

Udikteta wa Rais John Pombe Magufuli wa Tanzania

Tangu kubuniwa kwa Jamhuri ya Muungano wa Tanzania, mnamo tarehe 26 Aprili 1964, hapajatokea kiongozi anayefanana na Raisi wa sasa, yaani Raisi John Pombe Magufuli. Maraisi wote wa Tanzania waliotangulia, baada ya Mwalimu Julius Kambarage Nyerere aliyestaafu katika mwaka 1985, pamoja na maraisi Ali Hassan Mwinyi (1985-1995), Benjamin W. Mkapa (1995-2005), na hata Jakaya M. Kikwete (2005-2015) na vile vile Raisi wa Zanzibar, Aboud Jumbe Mwinyi (1972-1984) hakuna kati yao anayelingana na nyayo za Magufuli.

Udikteta wa Raisi Magufuli ni wa kipekee kabisa. Kwa mfano hutangaza ilani ya kupiga marufuku kufanywa mikutano ya hadhara nchini mpaka mwaka 2020, wakati nchi inajigamba kuwa inafuata mfumo wa vyama vingi vya siasa! Ilikuwaje Magufuli alizuka na kuanza kubadilika na kuwa dikteta? Inafaa

Hashil Seif Hashil (2017): *Uchu na Utamu wa Kutawala kwa Mabavu (Ruling with an Iron Fist)*.

atunzwe nishani ya bandia kwa unyama anaowafanyia raia na viongozi wenziwe. Raisi Magufuli na chama chake, yaani Chama Cha Mapinduzi (CCM) huwa na jeuri ya kufanya mikutano yao ya hadhara bila pingamizi, na wakati huo huo, kuvinyima vyama vyengine nchini Tanzania fursa ya kufanya hivyo hadi mwaka 2020. Tunaweza kusema mtu huyu kaazimia kufuata nyayo za utawala za kiongozi wa Ujerumani Adolf Hitler, aliyeshika madaraka nchini kuanzia 1934-1945. Inaonyesha ulevi au tuseme kasumba ya utawala imeshamgubika na kumlevya Magufuli, ndio maana anajifanyia mambo ya kiajabu ajabu. Mazonge anayoyafanya Magufuli nchini Tanzania ni ya kijendawazimu kabisa. Raisi mwenye akili timamu hamudu kufanya mambo kama afanyavyo yeye. Inasikitisha taifa la Tanzania limepata Raisi kichaa. Kuna hatari kubwa kwa nchi kutokana na vitendo vya Magufuli. Siamini kama kuna raia mwenye imani na Raisi Magufuli. Tukumbuke wananchi wa Tanzania wanaishi na khofu kwa vile hawajui Raisi Magufuli atakapoamka siku ya pili atazuka na lipi jipya dhidi yao!

Huyu kiongozi haihishimu hadhi ya uraisi, amekaa kama mwiba uliokwama kooni. Kwa wananchi, itabidi waamke, wachachamae na kushikamana kipamoja ili kuendeleza kampeni za kupinga udikteta wa Raisi Magufuli. Kwani hiyo ndio njia pekee ya kumfanya Magufuli asitishe udikteta wake. Hakuna awezaye kuzuwia nguvu za umma hata pakitumika silaha za aina yoyote dhidi yao.

Bahati mbaya Bara la Afrika limepambwa na msiba adhimu wa

Hashil Seif Hashil (2017): *Uchu na Utamu wa Kutawala kwa Mabavu (Ruling with an Iron Fist).*

kuwa na viongozi madikteta, walionyimwa hisia ya, hata ya punje moja, ya nchi zao. Unaweza kujiuliza, kwa nini ikawa watu kama hawa wako wengi Afrika kushinda nchi nyengine? Huenda labda umasikini ikawa ni moja ya chanzo nyeti inayozalisha madikteta, au sababu nyenginezo ambazo wanazielewa wao peke yao.

Nani wa kulaumiwa kwa matatizo yanayozuka duniani?

Si rahisi kulijibu suala hili. Lazima tulifanyiye utafiti wa kina. Yanayotokea ulimwenguni ni mengi, mithili ya utitiri. Misukosuko na matatizo ya dunia hayachipuki kwa bahati nasibu; kuna chanzo chake. Inafaa binadamu kujiuliza tena na tena, jee kuna mtu maalumu aliye bingwa wa kuchochea matatizo yanayofumka uliwenguni? Sifikiri kama ni hivyo. Lakini huenda jambo fulani likajitokeza kwa bahati nasibu, au vyengine, na kutekenya hali ya mazingira ya kimataifa na mambo mengine kutokea. Mfano unapotupa mtama na kutokezea kuna kuku, utaona mmoja baada ya mwengine wanajongea na kuanza kula mtama. Wataendelea kuwepo kwenye mlo mpaka wahakikishe mtama umekwisha, ndipo tena kuku wanapoondoka na kutokomea kokote kule wakutakako.

Mfano mwengine, pindipo utaupanda mwembe na kuanza kutikisa matawi yake, na ikitokezea embe mbivu zimejaa mtini, basi zitakazoanguka chini kwa wingi zitakuwa ni embe mbivu tu. Kadhalika, ikibahatika wakati huo kuna watu wanaopita njia,

Hashil Seif Hashil (2017): *Uchu na Utamu wa Kutawala kwa Mabavu (Ruling with an Iron Fist)*.

watasimama na kuokota embe zilizoanguka. Kwa hivyo, tukio lo lote linalozuka husababisha chengine kufatilizia. Hiyo ni kanuni ya maumbile. Jambo halizuki au tukio halijiri kwa bahati nasibu tu. Lazima kunakuwepo chanzo kinachotimua kitu kingine kitokee.

Kwa kawaida dunia huwa ina mazonge mengi, kama nilivyodhukuru hapo kabla. Mazonge mengine chanzo chake ni shughuli za wanadamu wenyewe, ambao husababisha mambo fulani yatokee. Kwa mfano, ikiwa nchi inavyo viwanda vyingi vyenye kutapika hewa chafu angani, matokeo yake husababisha uchafuzi wa mazingira, ikifuatiwa na mabadiliko ya hali hewa na kuleta madhara chungu nzima kwenye nchi. Baadaye watu wanaanza kumlaumu Mwenyezi Mngu, ilhali sababu hasa ya maafa haya inatokana na vitendo vya wanadamu wenyewe. Kwa kawaida ni vigumu kuwafahamu wanadamu, kwani mambo yao ni ya kizungumkuti na pia ya kitendawili. Wanadamu hujifanyia mambo ya kiajabu ajabu ambayo huchochea athari zenye madhara halisi kwa jamii na nchi hali kadhalika. Watu ni mahodari kukataa kama wao ndio wahusika. Kama si wao basi ni nani? Ukiwauliza hupati jawabu hubakia vicheko tu.

Kwa nini viongozi wa Afrika hawapendi kukosolewa?

Tatizo kubwa la viongozi wa Kiafrika ni kujidhania wanajua kila kitu. Huwa hawapendi kusahihishwa. Kwa upande mwengine, viongozi hao hao hujifanya mahodari na kujiweka msitari wa mbele kutoa amri, kama maamiri jeshi, kwa wananchi

Hashil Seif Hashil (2017): *Uchu na Utamu wa Kutawala kwa Mabavu (Ruling with an Iron Fist).*

wanaowatawala. Wanasahau tumo kwenye karne ya ishirini na moja, na nyakati za kutoa amri ziliokosa misingi ya kimaadili zimeshapitwa na wakati. Bado wana fikra zile zile za karne ya kumi na tisa; na hata mshipa hauwapigi. Akili zao zimekaa kama manyani wa mwituni. Huwa wanaendesha nchi kwa namna vichwa vyao vinavyowaelekeza. Hawataki kufuata Katiba wala Haki za Binadamu. Ukiwakumbusha bayana hii husema kuwa kadhia hizo haziwahusu wao; hayo ni mambo ya Wazungu. Humalizikia kuwaburura burura raia kama magombe walioekewa shemere puani. Wala si kama itafika siku angalau watashtuka, au kutanabahi, na kujiuliza kama wayafanyayo ni sahihi!? Almuradi ni msiba mkubwa kwa Bara tukufu la Afrika kupata viongozi wasiokuwa na hisia ya nchi wanayoiongoza. Wakijuacho ni kuwafanyia unyama na kuwatesa wanaowatawala. Haifahamiki faida wanayoipata ya kuwatesa wenziwao. Labda wanapolala usiku huota ndoto nzuri nzuri na kujikuta wamebarizi peponi, raha mustarehe. Kiumbe asiyekuwa na hisia ni hatari kwani huwa kama gombe kali lililokata kamba, na wala usijaribu kumkaribia!

Utamu wa kutawala unavyoleva madikteta

Kwa nini viongozi wa Afrika wakishaonja marupurupu na utamu wa utawala huwa vigumu kwayo kuwacha madaraka wanaposhindwa uchaguzi? Tutalijibu suala hili kwa kuchukua mfano wa utawala wa anayeongoza Visiwa vya Zanzibar, yaani Daktari Ali Mohammed Shein. Kwa ufupi, Dk. Shein alizaliwa tarehe 13 Machi 1948 kwenye kijiji cha Chokocho, Wilaya ya

Mkoani, Pemba. Alihudhuria Skuli ya Msingi ya Gulioni, Unguja kuanzia 1956 mpaka 1964. Mnamo 1965 aliingia skuli ya sekondari ya Lumumba College. Baadaye alikwenda Umoja wa Sovieti (USSR) na kuhudhuria Voronezh State University na Odessa University na alichukua shahada ya Masters ya Biokemia ya Utabibu. Vile vile katika miaka ya 1980 alipata masomo ziada katika Chuo Kikuu cha Newcastle na kunyakua shahada yake 1988 ya PhD.

Hakuna asiyejua kwamba katika Uchaguzi Mkuu wa 2015 wa kugombania urais wa Zanzibar, Dk. Shein akiwakilisha Chama Cha Mapinduzi (CCM), alishindwa kwenye kura. Alifanya mbarange ya kuitisha uchaguzi wa marudio uliofanyika tena mwezi Machi 2016, uchaguzi ambao ulipingwa na kugomewa na vyama vya upinzani, hususan Chama Cha Wananchi (CUF) ambacho kiliamua kutoshiriki. Baada ya matokeo ya uchaguzi wa marudio, uliogomewa na vyama vyengine, Dk. Shein alitangaza kuwa yeye ndiye mshindi na akaendelea kutawala Visiwani Zanzibar hadi hii leo, kinyume na matakwa ya wananchi. Mgombea uraisi aliyeshinda uchaguzi halali wa 2015 Visiwani Zanzibar, na kwa kishindo, alikuwa ni kiongozi wa Chama cha Wananchi (CUF), Maalim Seif Sharif Hamad. Wananchi wa Unguja na Pemba ndiyo waliompigia kura kumtaka awe raisi wao. Kwa hali hiyo tuna haki kusema Dk. Shein anatawala kwa udikteta, na mabavu, dhidi ya matakwa ya wananchi wa Unguja na Pemba.

Alichokifanya Dk. Shein ni uharamia na udikteta wa hali ya juu

Hashil Seif Hashil (2017): *Uchu na Utamu wa Kutawala kwa Mabavu (Ruling with an Iron Fist).*

kabisa; na siku haiko mbali mbegu aliyoipandisha atavuna matunda yake! Tuulize tena, lini uharamia huu wa kuteka nyara madaraka utamalizika na kukomeshwa kwenye Bara la Afrika? Kwa upande mwengine huona mara nyingi viongozi wanaodhulumiwa haki zao kwenye mazingaombwe ya uchaguzi Afrika hutegemea madola ya nje kuwasaidia. Kwa kawaida madola ya kigeni huwa na shuruti wanazoziweka kulinda masilahi ya mambo wanayoyataka kwenye hizo nchi. Kwa hivyo tunawanasihi viongozi wa upinzani wasiwe na ndoto za kuwa madola ya nje yatawasaidia kupata haki zao. Wakumbuke tu, kutaka wasitake, haki zao lazima wazitafute wenyewe kwa njia ya amani au hata ya shari, yaani kwa kupigana. Bila ya hivyo, watabaki kusononeka na kusikitika milele. "Haki yako halali hupewi, bali unaichukua tu". Hilo liko wazi kama usiku na mchana. Asiyeelewa ukweli huu basi huyo amegubikwa kwenye usingizi mzito wala hana tamaa ya kuamka kimawazo, si leo, kesho, au hata kesho kutwa.

Kiongozi mwengine ambaye anaendelea kuwatesa wenziwe ni Rais Robert Gabriel Mugabe wa Zimbwabwe. Mtu huyu hataki kupingwa wala kusahihishwa. Anayejasiri kufanya hivyo, matokeo yake ni kukamatwa, kutumbukizwa gerezani na baadaye kuuwawa. Hii ndio hali ilivyo kwenye bara letu la Afrika. Wakati nchi za wenzetu zimo kuendelea, Afrika imebaki kuzorota, kusononeka na kuzidi kudidimia siku hadi siku.

Kwa mujibu wa taarifa mbalimbali za vyombo vya habari na za wachambuzi wataalamu juu ya siasa za kusini ya Afrika

Hashil Seif Hashil (2017): *Uchu na Utamu wa Kutawala kwa Mabavu (Ruling with an Iron Fist)*.

zimethibitisha kwamba wapinzani Rais Mugabe ana desturi ya kuwatia kizuizini au jela baadhi ya wapinzani wake. Inasemekana wapinzani wengine hata huuliwa! Hivi ndivyo hali ya viongozi walio madikteta ilivyo. Hawastahamili kurekibishwa kimawazo na hukakamia kufuata falsafa binafsi za kiharamia dhidi ya wananchi wanaotawaliwa. Kwa kawaida maisha ya viongozi kama hawa yanakuwa ya khofu. Wakati mwengine hutishwa hata na vivuli vyao wenyewe. Huwa na wasiwasi wa kupinduliwa.

Kwa hivyo, maisha yao huwa si ya kawaida, hufanana na merikebu au meli iliokosa ramani.

Rais Robert Mugabe alizaliwa tarehe 21 Februari 1924 kwenye eneo la Kutama katika ililokuwa Rhodesia ya Kusini au Zimbabwe ya sasa. Alishika madaraka na kuwa Waziri Mkuu wa Zimbabwe huru kuanzia 1980 mpaka 1987. Mnamo tarehe 31 Disemba 1987 Mugabe akawa Rais Mtendaji wa kwanza chini ya mfumo wa chama kimoja. Lakini katika uchaguzi wa vyama vingi uliofanyika nchini katika 1990 Rais Mugabe alichaguliwa tena aendelee na uraisi. Uchaguzi huu ulifanyika kwenye mazingira yaliojaa fujo na vitisho kwa wapinzani.

Hatukatai kwamba licha ya vurumai lililojiri nchini wakati wa utawala wa Rais Mugabe, kwa kulingana na matokeo ya uchaguzi kiongozi huyu wa Zimbabwe alichaguliwa kihalali na wananchi. Tatizo ni kwamba baadaye alidhihirisha kigeugeu cha kuwa na nyuso mbili, na kubadilika na kuwa dikteta. Kipi hicho kilichotokea na kusababisha Robert Mugabe kugeuka tabia na kuanza udikteta? Mwenye kuweza kulijibu suala hilo hakuna mwengine isipokuwa ni yeye mwenyewe!

Raisi Mugabe ana shahada chungu nzima za masomo ya juu. Shahada nyengine alizipata baada ya kumaliza kusoma katika vyuo vikuu, ikijumuisha Chuo cha University College of Fort Hare cha Afrika Kusini. Nyengine zilikuwa ni shahada za hishima alizotunukiwa na vyuo mbalimbali vya kimataifa. Imeripotiwa kwamba baadhi ya nchi walizibatilisha shahada alizotunukiwa Mugabe na kuzichukua wenyewe baada ya kuona amebadilika na kuwa ni dikteta.

Viongozi huzongwa na mambo mengi vichwani mwao. Labda kwa ajili ya mkorogano huu wa mazonge ya binafsi huwabadilisha na kuwa waovu zaidi kushinda wanyama mwitu. Hivyo tuseme utamu wa kutawala ndio unaowalevya na kuanzisha vitendo vya kijendawazimu, visiofahamika kichwa wala miguu?

Kila unavyojaribu kusailia hali ya mambo Barani Afrika tunashtushwa na kupigwa na bumbuwazi kwa kukosa kupata jawabu yenye maana - na tunaendelea kuuliza "kwa nini Afrika imepambwa na misukosuko na maafa yasiofahamika?" Inavyotarjiwa tuwe tunajivunia kuwa tumezaliwa Afrika. Kinyume cha mambo, kwa bahati mbaya, leo hii wazalendo wengi wa bara letu hujiuliza kwa nini wamezaliwa Afrika? Ukorofi unaotokea Afrika ni nani hasa wa kunyoshewa kidole? Inasikitisha kuona Bara la Afrika linafananishwa na chaka

Hashil Seif Hashil (2017): *Uchu na Utamu wa Kutawala kwa Mabavu (Ruling with an Iron Fist).*

kubwa, ambamo kila aina ya wanyama wakali huwa wamejificha, wakisubiri wakati muafaka wa kuanza kuwavamia na kuwararua binadamu wenziwao.

Viongozi wa Afrika wana vituko vya kipekee

Vituko vya viongozi wa Afrika ni vigumu kufahamika kabisa. Maumbile ya viongozi hawa ni ya kinafiki kwa sababu wameparamwa na sura mbili. Sura ya kwanza ni hufanana na watu wa kawaida. Sura ya pili huwa ya kimbaumbau, yaani si ya ukweli na hujaa ufisadi. Kwa nini viongozi waliopo Afrika wakawa namna hivi? Si rahisi kuelezeka hata kidogo. Inataka kazi kubwa kuchanganua tabia za viongozi zisio za kawaida. Hata hivyo, kuna tabia moja ya hawa viongozi mbumbumbu ambayo ni rahisi kuitambua. Licha ya mbinu zao za kijambazi na za kiharamia huwa na bashasha ya aina pekee. Sura yao hii ya unafiki inahitajia kazi kubwa kuipambanua na kujua kama hawa unaokabiliana nawo ni watesaji na wauaji wa viango vya juu. Tabia yao ni kama ile ya mamba, `kuua huku anacheka`. Unyama wanaowafanyia wenziwao sijuwi wameupata wapi. Kwani unapowaona hutoamini kama wanaweza kuwafanyia ujambazi wenziwao. Huonekana kuwa ni wacheshi wa kawaida tu.

Miujiza iliyokuwapo ni kwamba binadamu unapomwangalia usoni haukuandikwa kama ni mhalifu au la. Yanayotokea baadaye huja yakakushtua na kukunyima jawabu la vituko vyao. Hutoamini kwamba wanadamu hawa wana uwezo wa kufanya unyama mkali dhidi ya binadamu wenziwe, sawa na wanyama

Hashil Seif Hashil (2017): *Uchu na Utamu wa Kutawala kwa Mabavu (Ruling with an Iron Fist).*

mwitu mithili ya simba au chui!

Kwanini Madola ya Ulaya hayahishimu viongozi wa Afrika?

Sababu huenda ziko mia kenda. Hata hivyo hapa tutazilezea chache tu. Kwanza, kama invyofahamika, baadhi ya viongozi waliopo Afrika ni sio watu wa kuaminika. Kwani wingi wao ni majambazi. Muhimu zaidi wanapoahidi kitu huwa hawatekelezi. Akhasi zaidi ni kwamba wanapopokea mikopo kutoka nchi au taasisi za kigeni huwa kwayo ni vigumu kulipa. Kwa hayo machache haitowezekana kabisa kwa madola ya nje kuwaamini viongozi wa Afrika kama hawa.

Aidha, ni viongozi hawa waliorubuniwa wanaolifanya Bara la Afrika kuonekana kuwa ni duni na kama `donda ndugu` ambalo halina dawa. Lakini mtazamo huo sio sahihi. Afrika ni bara zuri kabisa. Hupakwa matope na viongozi majambazi waliokosa hisia za kizalendo, na wanachokijua kufanya hakuna chengine isipokuwa ubinafsi potovu.

Dunia ni mithili ya *"vuta n'kuvute"*

Dunia ina mazonge mengi na sio rahisi kwa binadamu kuwa na ufahamu kamili wa mada. Kila siku wanadamu huwa mbioni kutaka kufahamu kihakika hali ya ulimwengu wanaoishi ilivyo. "Ole wao", kwani kila wanapojaribu ndipo wanapotambua kwamba hiki ni kitendawili kikubwa na ni vigumu kukifumbua. Desturi ya wanadamu ni ile tabia ya kuchakura chakura mambo bila ya kuelewa na kutambua taathira ya maumbile zilivyo. Kwa mfano, tunashuhudia taathira mbalimbali za vitendo vya

Hashil Seif Hashil (2017): *Uchu na Utamu wa Kutawala kwa Mabavu (Ruling with an Iron Fist)*.

binadamu kwenye mazingira, hali ambayo haijawahi kutokea kabla ulimwenguni – mathalan, kumezuka mafuriko ya maji yaliofurutu kawaida, hali ya hewa inaendelea kubadilika kwa sababu ya uchafuzi wa anga unaoletwa na gesi chafu za viwandani, na mitetemeko ya ardhi ya mara kwa mara inazidi kuzuka duniani. Walimwengu wanawajibika kuelewa kwamba maafa yanayozuka ulimwenguni hayazuki kihorera horera, lakini husabaibishwa na athari za sheria za kimaumbile. Ulimwengu si wa kuchezewa hata kidogo maana una kanuni maalumu ambazo ni lazima kuzihishimu.

Mnamo miaka ya nyuma wanadamu wingi walijaribu kubadilisha taratibu za ulimwengu wetu, lakini mwishowe walishindwa. Wala hatatokea kiumbe yoyote atakayeweza kufanikiwa kubadilisha nidhamu ya ulimwengu. Tukumbuke ule msemo *"Uwachwe ujimwage, usiingiliwe "*.

Wanadamu ni wajibu wafahamu kwamba kuzusha wayatakayo kuyafanya kimamumbile ni vigumu kutekelezwa, hata wakijaribu namna gani. Lililosalia ni kuuachia ulimwengu ujiendeshe ujitakavyo kwa mujibu wa kanuni zake. Wanadamu ni hodari kujaribu mambo ambayo si ya kujaribiwa. Lazima wakumbuke majaribio mengine hayafai maana yanaathiri vibaya mazingira ya ulimwengu wetu tunaoishi. Kama wanavyonasihi wazee, "Huwezi kumbadilisha kirongwe, awe farasi!"

Hashil Seif Hashil (2017): *Uchu na Utamu wa Kutawala kwa Mabavu (Ruling with an Iron Fist).*

Hakuna anayefahamu majambazi watawala wamezukia wapi?

Inasikitisha kuona dunia yetu imepambwa na viongozi majambazi. Hasa aina hii ya binadamu imetokea wapi? Wamechomozana kama nzige; nyuso zao zinatisha kama nyuso za mamba. Viongozi majambazi wanapopatikana wasionewe huruma katu, kwani hawastahiki huruma hata chembe. Wateswe kama wanavyotesa wenziwao. Laluvunja moyo ni kuona nchi nyengine zimo kupiga hatua za kimaendeleo, siku hadi siku, wakati Bara la Afrika linadorora na kuzidi kurejea nyuma kwa sababu ya viongozi wabaya. Nini Afrika ifanye kujiepusha na majahili kama hawa?

Pindipo akili za Kiafrika zitaweza kujichanganya pamoja, bila shaka zitaweza kuibuka na jawabu muafaka, kuwasaidia kuweza kuepukana na (majini) walionao, wenye kuifisidi nchi.Wahenga hunena; "Penye nia pana njia!"

Hakuna lisilowezekana

Wanadamu, popote pale ulimwenguni, ni muhimu kufahamu kwamba hakuna kisichoweza kufanyika duniani bila ya nia. Vile vile wakumbushwe hakuna jambo baya kama kuanza kusema kuwa hili au lile haliwezi kutendeka. Wazo hili walikwepe na lisikaribishwe hata kidogo kwenye nafsi zao. Tukichunguza maendeleo maridhawa ya teknolojia iliyodhihiri hivi sasa duniani tutaona pale wataalamu walipoanzisha tafiti zao hawakudhania,

Hashil Seif Hashil (2017): *Uchu na Utamu wa Kutawala kwa Mabavu (Ruling with an Iron Fist).*

wala kufikira, kwamba wanayoyafanyia utafiti hayatafanikiwa. Ukweli uliokuwepo ni kwamba sio kila mara waliweza kufanikiwa kwenye juhudi zao. Lakini watafiti hawakuvunjika moyo, na uchunguzi wao. Waliendelea kutafiti mpaka walipofanikiwa kupata matokeo waliyoyatarajia. Hili linafaa kuwa ni somo kubwa kwa wanadamu na kutambua kwamba panopofanyika utafiti, hasa wa kina, watafiti huwajibika kujifunga njuga kikweli mpaka wawasili mfundoni. Hivi leo yako mambo mengi ambayo bado hayajapatiwa ufumbuzi na watafiti wanaendelea na kazi yao ngumu, na bila shaka, mwishowe, watatweza kufanikiwa - Ameen.

Tukumbuke chochote chenye maana hakipatikani kwa mara moja au kwa urahisi. Ndio ukaona wako watu wenye fedha wanaofadhilia michango yao kwa watafiti ili waweze kufanya wayatakayo kuyafanya. Vitu viwili hivi vinakwenda sambamba, yaani ushirikiano kati ya wanaofanya utafiti na watu binfasi wanaotoa michango ya fedha. Bila ya hivyo yasingalipatikana maendeleo ya maana. Hilo ni muhimu kulikumbuka.

Umuhimu wa kushirikisha wanawake kwenye maendeleo

Kwenye ulimwengu wa karne ya ishirini na moja ni muhimu kuwashirikisha wanawake kwenye vuguvugu na harakati za maendeleo ya nchi zao popote walipo ulimwenguni. Wanawake wanalazimika kutafutiwa fursa za kuwakabidhi majukumu mbalimbali yanayohitajika kukuza jamii zao. Rai ya

Hashil Seif Hashil (2017): *Uchu na Utamu wa Kutawala kwa Mabavu (Ruling with an Iron Fist).*

kutowashirikisha wanawake kwenye huduma za kujenga nchi zimepitwa na wakati. Pengo hili ni wajibu kuchukuliwa hatua ifaayo, itakayokuwa na natija kwa umma mzima na bila ya pingamizi za kijinsia. Michango ya wanawake kwenye kadhia za maendeleo inahitajika sana katika nyakati za siku hizi. Bila ya wao kushirikishwa patakosekana mawazo muhimu ya kijamii.

Wanawake wasiruhusiwe kukwepa majukumu ya kuimarisha maendeleo ya nchi. Inatakiwa washawishiwe kwa hali yo yote ile ili, mwishowe, wajumuike vikao mbalimbali vya kuamua mahitaji yanayokubaliwa ya nchi zao. Ifahamike, matokeo yatakayoidhinishwa kitaifa bila ya mchango wa wanawake, yatakosa uzito unaofaa kuimarisha maendeleo kwa ujumla nchini.

Inatumbulikana wazi namna wanawake wanavyokabiliwa, kila kukicha, na misukosuko mingi ya kila aina, yenye kuathiri vibaya maisha yao. Kwa mfano, kuna desturi ya wanawake kuvamiwa kimabavu na wanaume, na kunajisiwa, bila ridhaa yao. Linalosikitisha ni kwamba wanapokwenda polisi kuripoti wanawake huhojiwa masuala chungu mbovu ya kiajabu ajabu, na kuonyeshwa dharau za hali ya juu kabisa. Mwishowe wanawake hurejea majumbani mwao na huzuni kwa kukosa kupatiwa haki kutokana na uhalifu waliotendewa. Suala hili ni muhimu kutupiwa jicho kali kabisa.

Kadhalika polisi wa kiume wanahitajia kuelimishwa kuwa wasichana wanapokwenda kuripoti juu ya jinai ya kunajisiwa

Hashil Seif Hashil (2017): *Uchu na Utamu wa Kutawala kwa Mabavu (Ruling with an Iron Fist)*.

kimabavu wasikilizwe kwa kituo, na baadaye wachukue hatua zifaazo kuwarejeshea haki zao na sio kuwadharau waathiriwa wa maovu ya kijinsia. Bayana kama hii ndiyo yenye kuthibitisha umuhimu wa kuwashirikisha wanawake kwenye juhudi za kutafuta suluhu za matatizo ya kijamii. Kwa vile yako maovu mengine wanayokabiliwa nayo wanawake maishani mwao, takriban kila siku, ambayo ni vigumu kwa wanaume kuwa na uwezo wa kutambua hisia na haki zao, isipokuwa wanawake wenyewe. Kwa hivyo, wanawake wanapojumuishwa kwenye vikao vya kijamii, husaidia kutetea wanawake wenziwao kama inavyostahiki.

.... **OOOO**......

Hashil Seif Hashil (2017): *Uchu na Utamu wa Kutawala kwa Mabavu (Ruling with an Iron Fist)*.

Wasifu wa mtungaji Ustaadh Hashil Seif Hashil

USTAADH Hashil Seif Hashil ni 'malenga wa wanyonge'. Maandishi yake, toka beti zake za mashairi, riwaya, insha zake za kisiasa, na maandishi ya utetezi, yote yanaweza kuelezwa kuwa ni sauti ya wanyonge. Huyu ni mwandishi aliyepevuka mwenye kuitumia kalamu yake kwa kudhihirisha unyonge wa wanyonge, kupigania haki zao na kuwakashif wenye kutumia madaraka yao kuwaonea wanyonge. Hashil katika maandishi yake hana huruma na majambazi hao ambao heshi kuwasaliti. Na hivyo ndivyo ipasavyo iwe kwa vile mwanasanaa huyu ameleleka na kukulia katika mazingara ya kupigania haki za walio chini, za wenye kuonewa. Uzi huo ameushika tangu utotoni mwake na hakuuacha kamwe.

Hashil alizaliwa Zanzibar ambako ndiko alipopata masomo yake ya msingi - toka ya madrasa hadi ya shule ya msingi na baadaye kuendelea katika shule ya Sekondari ya Ufundi huko Beit el Ras, Zanzibar.

Alipata nafasi ya kupelekwa Indonesia akiwa kama Officer Cadet ambako kwa miaka miwili alisomea uwanamaji - utaalam wa bahari. Mwaka 1970 alipelekwa Uchina kwa masomo ya juu ya utaalam huo huo wa bahari. Alirudi kutoka Uchina mwaka 1971 akipata cheo cha Uluteni [2nd Lieutenant] na baadaye akawa Boat Captain katika manowari ya jeshi la bahari la Tanzania. Mwaka 1972 alikamatwa Daressalaam kwa kuhusishwa na kesi ya mauwaji ya Rais wa Kwanza wa Zanzibar, Sheikh Abeid Amani Karume na kufungwa gerezani Tanzania Bara. Aliachiwa mwaka 1978 baada ya kuonekana kuwa hana hatia. Baada ya muda akaondoka Daressalaam na kukimbilia Denmark alikopata himaya ya ukimbizi na miaka mitano baadaye akapewa uraia wa Denmark.

Hashil Seif Hashil (2017): *Uchu na Utamu wa Kutawala kwa Mabavu (Ruling with an Iron Fist).*

Mapenzi yake na bahari yalimpelekea kusafiri katika meli za Kideni kwa muda mrefu na kupata fursa ya kuzitembelea nchi nyingi duniani. Hizi zikiwa pamoja na Urusi, Marekani, Amerika ya Kusini, Visiwa vya West Indies na nchi kadha wa kadha za Ulaya. Tunaweza kusema bahari imekuwa kama Chuo Kikuu kwa Hashil kwa kumpatia uwezo wa kusoma mengi na muda wa kuyatafakari masuala aina kwa aina ya kifalsafa, kisiasa na kimaisha, kwa jumla hasa katika upweke wa usiku ambapo wandani wake zilikuwa nyota na mawimbi ya bahari.

Hashil aliuacha ubaharia mwaka 1994 alipojiunga na Taasisi ya Haki za Binadamu ya Denmark (Danish Institute for Human Rights). Mchango wake wa kupigania haki za kibinadamu duniani kote, alipokuwa pale taasisi, umekuwa ukithaminiwa sana. hata kwamba juu ya kuwa amestaafu bado ushauri wake unasakwa na mara moja moja anaweza akionekana akiutoa ushauri huo kazini kwake kwa zamani.

Mwandishi huyu mahiri sasa karibu atakitoa kitabu kueleza pia historia ya karibuni ya visiwa vya Zanzibar na kujibu masuala mengi yanayowatatiza wengi kuhusu Mapinduzi ya Zanzibar ya mwaka wa 1964!

(Imeandikwa na Ustaadh Ahmed Rajab.)

Hashil Seif Hashil (2017): *Uchu na Utamu wa Kutawala kwa Mabavu (Ruling with an Iron Fist).*

Maandishi mengine ya Ustaadh Hashil Seif Hashil ni:

1. *Sauti ya Muhajirina* (Mashairi), 1986. Uppsala. Kurasa 92.

2. *Wimbi La Ghadhabu* (Riwaya), 1999. Uppsala. Kurasa 80.

3. What future for Muslims in Tanzania, *The Muslim News*, 22 December 2000. Uk. 10. Tahkiki ya *Mwembechai killings and the political future of Tanzania*, cha Profesa Hamza Mustafa Njozi. Globalink Communications, Ottawa, Canada. 2000. Kurasa 264.

4. *Living under the shadow of terror: Zanzibar caught off guard*. Pamoja na Ahmed Salim Faris. AMAZON, ISBN-10: 151528204X, na ISBN-13: 978-1515282044. 2016. Kurasa 370.

5. *Mke Mmoja, Waume Wawili*. CreateSpace Independent Publishing Platform. ISBN-10: 1547130253, na ISBN-13:978-1547130252. 2017. Kurasa 150.